# മനോരോഗങ്ങളും ചികിത്സയും

**manorogangalum chikilsayum**

•

dr. s krishnan
dr. joseph m mani

•

*first edition*
october 2010

•

*typesetting*
megha

•

*published*
chintha publishers, thiruvananthapuram

•

*printed*
akshara offset, thiruvananthapuram

•

*cover*
sunil ashokapuram



---

*വിതരണം*

**ദേശാഭിമാനി ബുക്ക് ഹൗസ്**

H O തിരുവനന്തപുരം-695 001

*ബ്രാഞ്ചുകൾ*

ഓവർബ്രിഡ്ജ് തിരുവനന്തപുരം • കെ എസ് ആർ ടി സി ബസ് സ്റ്റേഷൻ ആലപ്പുഴ • കെ എസ് ആർ ടി സി ബസ് സ്റ്റേഷൻ എറണാകുളം • കലൂർ കൊച്ചി • ഐ ജി റോഡ് കോഴിക്കോട് • മാവൂർ റോഡ് കോഴിക്കോട് • എൻ ജി ഒ യൂണിയൻ ബിൽഡിങ് കണ്ണൂർ • സെൻട്രൽ ബസ് ടെർമിനൽ കോംപ്ലക്സ് താവക്കര കണ്ണൂർ • മച്ചിങ്ങൽ ലെയ്ൻ തൃശൂർ

---

CO - VV.83 / 1495 / 2561

# മനോരോഗങ്ങളും ചികിത്സയും

ഡോ. എസ് കൃഷ്ണൻ
ഡോ. ജോസഫ് എം മണി

ചിന്ത പബ്ലിഷേഴ്സ്
തിരുവനന്തപുരം-695 001

## ഡോ. എസ് കൃഷ്ണൻ

1965 നവംബർ 20ന് തിരുവനന്തപുരം ശ്രീകണ്ഠേശ്വരത്ത് ജനനം. പിതാവ്: പി ശിവബ്രഹ്മണി, മാതാവ് : എസ് മംഗളം.

തിരുവനന്തപുരം എസ് എം വി ഹൈസ്കൂൾ, ഗവൺമെന്റ് ആർട്സ് കോളേജ് എന്നിവിടങ്ങളിലെ വിദ്യാഭ്യാസാനന്തരം തിരുവനന്തപുരം മെഡിക്കൽ കോളേജിൽനിന്ന് എം ബി ബി എസ് ബിരുദം നേടി. തുടർന്ന്, മനോരോഗ ചികിത്സാശാസ്ത്രത്തിൽ എം ഡി, ഡി പി എം, ഡിപ്പ് എൻ ബി തുടങ്ങിയ ബിരുദാനന്തര ബിരുദങ്ങൾ. ആത്മഹത്യാപ്രവണതയുള്ള മസ്തിഷ്കത്തിന്റെ പ്രവർത്തനത്തെപ്പറ്റിയായിരുന്നു ബിരുദാനന്തരബിരുദ പ്രബന്ധം. 2004 ലെ തിരുവനന്തപുരം മെഡിക്കൽ കോളേജ് മനോരോഗ ചികിത്സാ വിഭാഗത്തിലെ മികച്ച ബിരുദാനന്തര വിദ്യാർഥിയായി തെരഞ്ഞെടുക്കപ്പെട്ടു. ആനുകാലികങ്ങളിൽ മനോരോഗ ചികിത്സയെ സംബന്ധിക്കുന്ന ലേഖനങ്ങൾ എഴുതാറുണ്ട്. ഇന്ത്യൻ സൈക്യാട്രിക് സൊസൈറ്റി, നാഷണൽ അക്കാദമി ഓഫ് മെഡിക്കൽ സയൻസ് തുടങ്ങിയ ദേശീയ സംഘടനകളിൽ അംഗമാണ്. ഇപ്പോൾ തിരുവനന്തപുരം മെഡിക്കൽ കോളേജ് മനോരോഗചികിത്സാ വിഭാഗത്തിൽ അസിസ്റ്റന്റ് പ്രൊഫസർ. മെഡിക്കൽ കോളേജിലെ ഹോളിസ്റ്റിക് ആന്റ് സ്ട്രസ്സ് റിസർച്ച് വിഭാഗത്തിന്റെ ചുമതലയും വഹിക്കുന്നു.

ഭാര്യ : ആര്യ (തിരുവനന്തപരും റീജണൽ ക്യാൻസർ സെന്ററിൽ സ്റ്റാഫ് നേഴ്സ്)

വിലാസം : ഡോ. എസ് കൃഷ്ണൻ,
TC 36/1048, കൈരളി നഗർ, ഈഞ്ചക്കൽ ജംങ്ഷൻ,
വള്ളക്കടവ് പി ഒ, ഫോൺ: 9447123789

---

## ഡോ. ജോസഫ് എം മണി

1965 മെയ് 28ന് തിരുവനന്തപുരം നന്തൻകോട് ജനനം. പിതാവ്: വൈജ്ഞാന മണി. മാതാവ് : ഗ്രേസി.

തിരുവനന്തപുരം ഗവൺമെന്റ് മോഡൽ സ്കൂൾ, ഗവൺമെന്റ് ആർട്സ് കോളേജ് എന്നിവിടങ്ങളിലെ വിദ്യാഭ്യാസാനന്തരം 1988ൽ തിരുവനന്തപുരം മെഡിക്കൽ കോളേജിൽനിന്നും എം ബി ബി എസ് ബിരുദം നേടി. കേരള യൂണിവേഴ്സിറ്റിയുടെ ഇൻസ്റ്റിറ്റ്യൂട്ട് ഓഫ് ഇംഗ്ലീഷിൽനിന്നും ഇംഗ്ലീഷ് ഫോർ കമ്യൂണിക്കേഷനിൽ ബിരുദാനന്തര ഡിപ്ലോമ നേടി. ഇപ്പോൾ തിരുവനന്തപുരം മെഡിക്കൽ കോളേജിലെ മനോരോഗ ചികിത്സാവിഭാഗത്തിൽ ലക്ചറർ.

ഭാര്യ : ഷർമിള എസ്

മകൻ : ജോൺ ജോസഫ് എം

വിലാസം : ഡോ. ജോസഫ് എം മണി
ഫീൻസ് വ്യൂ, വൈ ജി ആർ എം–53
കവടിയാർ പി ഒ, തിരുവനന്തപുരം – 695003
ഫോൺ: 0471–2317823

# ഉള്ളടക്കം

# നന്ദി

ഈ പുസ്തകം തയാറാക്കുന്നതിനുവേണ്ടി
ഞങ്ങൾക്കുവേണ്ട സഹായം ചെയ്തുതന്ന
എല്ലാ കുടുംബാംഗങ്ങളോടും സുഹൃത്തുക്കളോടും
സഹപ്രവർത്തകരോടും മറ്റ് അഭ്യുദയകാംക്ഷികളോടും
ഞങ്ങൾക്കുള്ള അകൈതവമായ നന്ദിയും കടപ്പാടും അറിയിക്കട്ടെ.

# അവതാരിക

**കേ**രളത്തിലെ വർധിച്ച ആത്മഹത്യാനിരക്കും വർധിച്ച മദ്യ ഉപഭോഗവും വിരൽചൂണ്ടുന്നത് മലയാളിയുടെ മെച്ചമല്ലാത്ത മാനസികാരോഗ്യത്തിലേക്കാണ്. സമ്പൂർണ ആരോഗ്യം എന്ന സങ്കൽപ്പത്തിലെ അവിഭാജ്യഘടകമാണ് മാനസികാരോഗ്യം. പകർച്ചവ്യാധികളല്ലാത്ത രോഗങ്ങളുടെ ശ്രേണിയിൽ മുന്തിയ പരിഗണന അർഹിക്കുന്ന ഒന്നാണ് മാനസികരോഗങ്ങൾ. മരണവും അവശതയും ഉണ്ടാക്കാവുന്ന ഇത്തരം രോഗാവസ്ഥകളെക്കുറിച്ചുള്ള ബൃഹത്തായ വിശകലനങ്ങളാണ് ഈ പുസ്തകത്തിന്റെ ഉള്ളടക്കം.

മാനസികാരോഗ്യത്തെക്കുറിച്ചും മാനസികരോഗങ്ങളെക്കുറിച്ചുമുള്ള പൊതുജനങ്ങളുടെ അവബോധം ഏറ്റവും പ്രാഥമികവും പ്രാധാന്യവും അർഹിക്കുന്ന ഒരു വിഷയമാണ്. മനോരോഗങ്ങളെപ്പറ്റിയും അവയുടെ ചികിത്സകളെപ്പറ്റിയും ധാരാളം മിഥ്യാധാരണകൾ സമൂഹത്തിൽ നിലനിൽക്കുന്നുണ്ട്. ഇത്തരം മിഥ്യാധാരണകൾ മാറ്റുവാൻ നിരവധി പേജുകൾ ഈ പുസ്തകത്തിൽ മാറ്റിവെച്ചിരിക്കുന്നു. മാനസികാരോഗ്യരംഗത്തെ ഏറ്റവും പ്രധാനപ്പെട്ട സാമൂഹികപ്രശ്നം; അതിനെക്കുറിച്ചുള്ള സാമൂഹികസ്പർധയാണ് (stigma). സാമൂഹികസ്പർധ കുറയ്ക്കുന്നതിനുള്ള ഏറ്റവും പ്രധാനമാർഗം മാനസികാരോഗ്യ വിദ്യാഭ്യാസം തന്നെയാണ്. രോഗങ്ങൾ വരാതെ തടയുന്നതിനും നേരത്തേ രോഗനിർണയം നടത്തി, പ്രശ്നങ്ങളുള്ളവരെ കാലേക്കൂട്ടി ചികിത്സയ്ക്കു വിധേയമാക്കുന്നതിനും ജനങ്ങളെ പ്രാപ്തരാക്കുന്നതിന് ഈ മേഖലയിലെ അവബോധം തന്നെയാണ് പ്രധാനം. ഈ ലക്ഷ്യം കൈവരിക്കുന്നതിന് മലയാളത്തിലെ ഈ ശാസ്ത്രപുസ്തകത്തിന് ചെറുതല്ലാത്ത സംഭാവന ചെയ്യു

വാൻ കഴിയും. മലയാളത്തിൽ മാനസികാരോഗ്യവിജ്ഞാനം ലക്ഷ്യം വച്ചുള്ള പ്രസിദ്ധീകരണങ്ങൾ കുറവാണ്. യുവശാസ്ത്രജ്ഞരും മനോരോഗചികിത്സകരുമായ ഡോ. എസ് കൃഷ്ണനും ഡോ. ജോസഫ് എം മണിയും ചേർന്ന് രചിച്ചിട്ടുള്ള ഈ പുസ്തകം ഈ രംഗത്ത് ഒരു മുതൽക്കൂട്ടാണ്.

മാനസികാരോഗ്യരംഗത്ത് പ്രവർത്തിക്കുന്ന വിവിധ പ്രൊഫഷണലുകൾക്കും നേഴ്സിങ്ങിനും മറ്റ് വിവിധ പാരാമെഡിക്കൽ കോഴ്സുകൾക്കും പഠിക്കുന്ന വിദ്യാർഥികൾക്കും ഈ പുസ്തകം ഏറെ പ്രയോജനകരമായിരിക്കും. രോഗികളുടെ ബന്ധുക്കൾ അറിഞ്ഞിരിക്കേണ്ട നിരവധി വിവരങ്ങൾ ഈ പുസ്തകത്തിൽ ഉൾപ്പെടുത്തിയിട്ടുണ്ട്. രോഗികൾക്കും അവരുടെ ബന്ധുക്കൾക്കും മാനസികരോഗചികിത്സാരംഗത്തു നിൽക്കുന്നവർക്കും വിദ്യാർഥികൾക്കും വിജ്ഞാനകുതുകികളായ എല്ലാ മലയാളികൾക്കും മുന്നിൽ ഈ ശാസ്ത്രപുസ്തകം സന്തോഷപൂർവം സമർപ്പിച്ചുകൊള്ളുന്നു.

**ഡോ. എ അബ്ദുൾ ബാരി**
മുൻ സൂപ്രണ്ട്, മാനസികാരോഗ്യകേന്ദ്രം

# മുഖവുര

മനോരോഗങ്ങളെക്കുറിച്ചും മനോരോഗചികിത്സയെക്കുറിച്ചും നമ്മുടെ സമൂഹത്തിൽ ഇന്നും തികഞ്ഞ അജ്ഞത നിലനിൽക്കുന്നു. സാധാരണക്കാരന് വായിച്ചുമനസിലാക്കുവാൻ തക്കവിധത്തിൽ ഒരു പുസ്തകം എന്ന ഞങ്ങളുടെ ആഗ്രഹത്തിന്റെ സഫലീകരണമാണിത്.

ആധുനിക രോഗചികിത്സാസമ്പ്രദായമനുസരിച്ചുള്ള (Modern Medicine) മനോരോഗങ്ങളെയും അവയുടെ ചികിത്സകളെയുംകുറിച്ചാണ് ഈ പുസ്തകത്തിൽ പ്രതിപാദിക്കുന്നത്. ആയുർവേദത്തിലെ 'ഭൂതവിദ്യ' എന്ന മനോരോഗചികിത്സാവിഭാഗത്തെയും മാനസികമായ ഘടകങ്ങൾക്ക് ഏറെ പ്രാധാന്യംനൽകുന്ന ഹോമിയോപ്പതിയെയും മറ്റു ചികിത്സാരീതികളെയുംപറ്റി ഈ പുസ്തകത്തിൽ ഞങ്ങൾ പ്രതിപാദിക്കാത്തത് വിസ്താരഭയംമൂലം മാത്രമാണ്. ഇവയെല്ലാമുൾപ്പെടുത്തി മറ്റൊരു പുസ്തകം തയാർ ചെയ്യാനുള്ള പദ്ധതിയും ഞങ്ങൾക്കുണ്ട്.

ഈ പുസ്തകത്തിൽ സൂചിപ്പിച്ചിട്ടുള്ള ഓരോ രോഗാവസ്ഥയെയും കുറിച്ച് ഒന്നിലേറെ വലിയ പുസ്തകങ്ങൾ തന്നെ എഴുതാനാകും. എന്നാൽ ഈ പുസ്തകം മനോരോഗങ്ങളെക്കുറിച്ചും മനോരോഗചികിത്സയെക്കുറിച്ചും മുൻപരിചയമില്ലാത്ത സാധാരണക്കാർക്കുകൂടി മനസിലാക്കുവാൻവേണ്ടി ഞങ്ങൾ തുറക്കുന്ന ഒരു കിളിവാതിൽ മാത്രമാണ്. അതുകൊണ്ടുതന്നെ മനോരോഗാവസ്ഥകളെ സൂചിപ്പിക്കുന്ന വാക്കുകളുമായി സാധാരണജനങ്ങൾക്ക് ഒരു സുപരിചിതത്വം ഉണ്ടാക്കുക എന്നതാണ് ഈ പുസ്തകത്തിലൂടെ ഞങ്ങൾ പ്രാഥമികമായി ലക്ഷ്യം വയ്ക്കുന്നത്.

ഈ പുസ്തകം ഒരു വിധത്തിലും ഒരു ഡോക്ടറുടെ ഉപദേശനിർദേശങ്ങൾക്കു പകരമാവില്ല. മറിച്ച് മനോരോഗചികിത്സയ്ക്കായി ഒരു ഡോക്ടറെ കാണാൻ തയാറെടുക്കുമ്പോൾ, അല്ലെങ്കിൽ ഏതെങ്കിലും മനോരോഗങ്ങളെക്കുറിച്ച് അറിയുവാൻ ആഗ്രഹിക്കുമ്പോൾ നിങ്ങൾക്ക് ഈ പുസ്തകം ഒരു സഹായിയാകും എന്ന് ഞങ്ങൾ കരുതുന്നു.

**ഡോ. എസ് കൃഷ്ണൻ**
**ഡോ. ജോസഫ് എം മണി**

# പുസ്തകത്തിലേക്കു കടക്കും മുമ്പ്....

**മ**നുഷ്യനെ എക്കാലവും ഭ്രമിപ്പിച്ചിട്ടുള്ള ഒന്നാണ് മനസ്. മനോരോഗങ്ങളാകട്ടെ മനുഷ്യൻ എക്കാലവും ഭയപ്പെട്ടിട്ടുള്ള രോഗങ്ങളിൽ പ്രധാനപ്പെട്ടതും. മനുഷ്യനോളംതന്നെ പഴക്കം മനോരോഗങ്ങൾക്കും മനോരോഗചികിത്സയ്ക്കുമുണ്ട് എന്നു പറയുന്നത് ഒട്ടും അതിശയോക്തി കലർന്ന വാചകമാവില്ല.

മസ്തിഷ്കദശകത്തിനുശേഷം (decade of the brain) ഇരുപത്തിഒന്നാം നൂറ്റാണ്ടിലേക്ക് നാം കടക്കുമ്പോൾ നമുക്ക് പ്രധാനമായി ഭയക്കേണ്ടിവരുന്ന രോഗങ്ങളിൽ മനോരോഗങ്ങൾക്ക് മുൻപന്തിയിൽ തന്നെ സ്ഥാനമുണ്ട്. സ്കിസോഫ്രീനിയ, ഡിമൻഷ്യ, വിഷാദരോഗം എന്നീ രോഗങ്ങളും മദ്യത്തിന്റെയും മറ്റു മയക്കുമരുന്നുകളുടെയും ദുരുപയോഗവും ആത്മഹത്യാനിരക്കും ക്രമാതീതമായി വർധിച്ചുകൊണ്ടിരിക്കുകയാണ്. ക്ഷയരോഗത്തെയോ ക്യാൻസറിനെയോ ഹൃദ്രോഗത്തെയോ അപേക്ഷിച്ച് മനോരോഗങ്ങൾ സൃഷ്ടിക്കുന്ന അവശതമൂലം നഷ്ടപ്പെടുന്ന വർഷങ്ങളുടെ എണ്ണം തുലോം കൂടുതലാണെന്ന് ലോകവികസന റിപ്പോർട്ടിന്റെ കണക്കുകൾ സൂചിപ്പിച്ചിട്ടുണ്ട്. മനോരോഗങ്ങൾ ശാരീരികരോഗങ്ങളിൽനിന്നു വ്യത്യസ്തമായ രോഗാവസ്ഥകളാണെന്ന തെറ്റിദ്ധാരണയിൽനിന്നും ശാരീരികരോഗങ്ങളെപ്പോലെയുള്ള രോഗങ്ങൾ തന്നെയാണ് മനോരോഗങ്ങളും എന്ന് നാം തിരിച്ചറിഞ്ഞുകൊണ്ടിരിക്കുകയാണ്. മാത്രവുമല്ല, ഒട്ടേറെ ശാരീരികരോഗങ്ങൾക്കൊപ്പം മനോരോഗങ്ങൾ കൂടികാണാമെന്നും മനോരോഗചികിത്സകന്റെ സഹായം, വിട്ടുമാറാതെ അസ്വസ്ഥത സൃഷ്ടിക്കുന്ന പല ശാരീരികരോഗങ്ങളുടെയും ചികിത്സയെ സഹായിക്കുമെന്നും ശാസ്ത്രജ്ഞന്മാർ കണ്ടെത്തിക്കൊണ്ടിരിക്കുകയാണ്.

ഇനി വരുന്ന വർഷങ്ങളിൽ നാം കൂടുതൽ ശ്രദ്ധിച്ചില്ലെങ്കിൽ മനുഷ്യനെ ഏറ്റവും വിഷമിപ്പിക്കുന്നത് മനോരോഗങ്ങളാകുമെന്ന് കണക്കാക്കപ്പെടുന്നു. ജീവിതശൈലിയിലുള്ള മാറ്റങ്ങളും മറ്റു പല ഘടകങ്ങളും മനോരോഗങ്ങൾ വർധിക്കാനും പല മനോരോഗങ്ങളും ആരംഭിക്കുന്ന പ്രായം നേരത്തെയാകാനും കാരണമാകുന്നുയെന്ന് കണ്ടെത്തപ്പെട്ടിട്ടുണ്ട്. രോഗാണുബാധപോലെയുള്ള ഘടകങ്ങൾ നിയന്ത്രണാധീനമാക്കുമ്പോൾ ത്തന്നെ മനോരോഗങ്ങൾ തടയാനും ചികിത്സിക്കാനുമുള്ള പ്രയത്നങ്ങൾ ഇപ്പോഴും ശൈശവദശയിലാണ്.

എങ്കിലും മുൻപത്തേതിനെക്കാൾ കൂടുതലായി ചികിത്സയിലൂടെ മനോരോഗത്തിൽനിന്നും മുക്തി നേടി സമാധാനവും സന്തോഷവുമുള്ള ജീവിതത്തിലേക്കെത്തുന്നവരുടെ എണ്ണം വളരെ കൂടുതലാണെന്ന് ശാസ്ത്രജ്ഞർ ചൂണ്ടിക്കാണിക്കുന്നു.

കണക്കുകൾ ആയുധമാക്കി, ഔഷധങ്ങൾ പരിചയാക്കി മാത്രം ഒരു രോഗത്തിൽനിന്നും നമുക്ക് മോചനം നേടാനാവില്ലല്ലോ. രോഗചികിത്സയിൽ ഡോക്ടർക്ക് എന്നതുപോലെതന്നെ രോഗിക്കും പങ്കുണ്ടെന്ന് ആധുനിക ചികിത്സാശാസ്ത്രവും ഇന്ന് തലകുലുക്കി സമ്മതിക്കും. രോഗത്തെക്കുറിച്ചും രോഗചികിത്സയെക്കുറിച്ചും രോഗിയും രോഗിയുടെ ബന്ധുക്കളും മനസിലാക്കുക എന്നതാണ് ഏതു രോഗത്തെയുംപോലെ മനോരോഗചികിത്സയിലും പ്രധാനം. ഈ പുസ്തകം അതിനൊരു വഴികാട്ടിയാകുമെന്ന് ഞങ്ങൾ കരുതുന്നു.

# 1

# മനോരോഗം വളരെ വേദനാജനകമായ അവസ്ഥയല്ലേ?

**അ**തെ എന്നാണുത്തരം. മനോരോഗമുള്ള ഒരു വ്യക്തിയാവുക എന്നത് തികച്ചും വേദനാജനകമായ വസ്തുതയാണ്. നമ്മുടെ ഒരു ബന്ധുവിന് ഹൃദ്രോഗം അല്ലെങ്കിൽ ക്യാൻസർ ആണെന്നറിയുമ്പോൾ നാം വേദനിക്കാറില്ലേ. തന്റെ ബന്ധു അല്ലെങ്കിൽ സുഹൃത്ത് മനോരോഗമുള്ള ഒരാളാണെന്നറിയുന്നത് നമ്മെ വളരെയധികം വേദനിപ്പിക്കും. മനോരോഗങ്ങളെപ്പറ്റി സമൂഹത്തിലുള്ള തെറ്റിദ്ധാരണകളും മനോരോഗിക്ക് സമൂഹം കൽപ്പിക്കുന്ന അയിത്തവുമൊക്കെ ഈ വേദന പിന്നെയും വർധിപ്പിക്കുകയും ചെയ്യും. എന്നാൽ ഒരു രോഗം വന്നു കഴിയുമ്പോൾ അത് ഇല്ല എന്നു വിശ്വസിച്ച് കൂടുതൽ കുഴപ്പങ്ങളിലേക്കു നീങ്ങുന്നതിനെക്കാൾ നല്ലതല്ലേ രോഗം ചികിത്സിച്ചു മാറ്റുക എന്നത്. നല്ല ഒരു മനോരോഗചികിത്സാവിദഗ്ധന് ഈ വേദന ഒട്ടേറെ ലഘൂകരിക്കാനാകും.

രോഗം വരുന്നതിനു മുമ്പുള്ള അവസ്ഥയിലേക്കു മടങ്ങിപ്പോകാനാകുമോ ചികിത്സ ഫലപ്രദമാകുമോ ഔഷധങ്ങൾ പാർശ്വഫലങ്ങളുണ്ടാക്കുമോ സുഹൃത്തുക്കളും ബന്ധുക്കളുമുൾപ്പെടെയുള്ള മറ്റാളുകൾ തങ്ങളെപ്പറ്റി എന്തു കരുതും എന്നു തുടങ്ങിയുള്ള ഒട്ടേറെ ഭയപ്പാടുകൾ ഉണ്ടാകാം രോഗി എന്നു മുദ്ര കുത്തപ്പെടുന്ന വ്യക്തിക്ക്. മാത്രവുമല്ല, പല മനോരോഗങ്ങളിലും തനിക്ക് രോഗമുണ്ടെന്നകാര്യം രോഗിക്ക് തിരിച്ചറിയാനുമാവില്ല.

എന്നാൽ പലപ്പോഴും ഒട്ടേറെ നാളുകളായി തോന്നലുകൾ എന്ന കളിയാക്കലുകൾക്കു വിധേയരാക്കപ്പെട്ടിരുന്ന പലർക്കും തങ്ങളുടെ ശാരീരികവും മാനസികവുമായ അസ്വസ്ഥതകൾക്ക് ഒരു വിളിപ്പേരു കിട്ടുമ്പോൾ, അത് ചികിത്സ വേണ്ട, ചികിത്സിച്ചു മാറ്റാനാവുന്ന ഒരു രോഗമാണെന്ന അറിവ് ആശ്വാസമായി അനുഭവപ്പെടുന്നതും കാണാറുണ്ട്.

രോഗിയുമായി വേണ്ടത്ര സമയം ചിലവാക്കുന്ന, രോഗിയുടെ സംശയങ്ങൾക്ക് ഉത്തരം നൽകാൻ ശ്രദ്ധിക്കുന്ന, കുടുംബാംഗങ്ങളെ ചികിത്സയിൽ സഹകരിപ്പിക്കുന്ന, ചികിത്സയുടെ വിവിധ വശങ്ങളെപ്പറ്റി രോഗിയെയും (കാര്യങ്ങൾ മനസിലാക്കാൻ പറ്റുന്ന അവസ്ഥയിലാണെങ്കിൽ) കുടുംബാംഗങ്ങളെയും പഠിപ്പിക്കാൻ ശ്രമിക്കുന്ന ഒരു മനോരോഗചികിത്സകന് രോഗിയുടെ ഭയപ്പാടും തന്മൂലം ചികിത്സ സ്വീകരിക്കാനുള്ള വൈമുഖ്യവും നീക്കംചെയ്യാൻ സാധിക്കും. മനോരോഗചികിത്സ മരുന്നുകൾ മാത്രമുപയോഗിച്ചുള്ള ചികിത്സയല്ല. അതുകൊണ്ടുതന്നെ നിങ്ങൾ ചികിത്സകനുമായി ചിലവഴിക്കുന്ന സമയം ചികിത്സയിൽ വളരെ പ്രധാനമാണ്.

# 2

# മനോരോഗചികിത്സയിലെ പങ്കാളികൾ

മനോരോഗചികിത്സയിൽ പ്രധാനമായ പങ്കുവഹിക്കുന്നവരാണ് മനോരോഗചികിത്സകൻ അഥവാ സൈക്യാട്രിസ്റ്റ്, മനഃശാസ്ത്രജ്ഞൻ അഥവാ ക്ലിനിക്കൽ സൈക്കോളജിസ്റ്റ്, സൈക്യാട്രിക് സോഷ്യൽ വർക്കർ, സൈക്യാട്രിക് നേഴ്സ് എന്നിവർ. ചികിത്സയിൽ ഏറ്റവും പ്രധാനപ്പെട്ട വ്യക്തി ഡോക്ടറാണെന്നിരിക്കെ തന്നെ പ്രൊഫഷണൽ അസിസ്റ്റന്റുമാരായ ക്ലിനിക്കൽ സൈക്കോളജിസ്റ്റ്, സൈക്യാട്രിക് സോഷ്യൽ വർക്കർ എന്നിവർക്കും സൈക്യാട്രിക് നേഴ്സിനും മനോരോഗികളുടെ ചികിത്സയിൽ തുല്യപ്രാധാന്യമുണ്ട് എന്നതും നമുക്ക് നിഷേധിക്കാനാവുന്ന കാര്യമല്ല.

മനസിന്റെ രോഗാവസ്ഥകളുടെ നിർണയം, ചികിത്സ, രോഗവിമുക്തി എന്നിവയെപ്പറ്റിയുള്ള പഠനശാഖയാണ് സൈക്യാട്രി അഥവാ മനോരോഗ ചികിത്സാ വിഭാഗം. അതിപുരാതനമായ ഒരു കലയും അതിനൂതനമായ ഒരു ശാസ്ത്രവുമാണിത്. സൈക്യാട്രിസ്റ്റുകൾ അഥവാ മനോരോഗചികിത്സാവിദഗ്ധർ എം ബി ബി എസ് പഠനത്തിനുശേഷം രണ്ടു വർഷക്കാലത്തെ ഡി പി എം (ഡിപ്ലോമ ഇൻ സൈക്കോളജിക്കൽ മെഡിസിൻ), അല്ലെങ്കിൽ മൂന്നു വർഷക്കാലത്തെ എം ഡി അല്ലെങ്കിൽ ഡി എൻ ബി (ഡിപ്ലോമേറ്റ് ഓഫ് നാഷണൽ ബോർഡ്) എന്നിവയിലേതെങ്കിലും ഒരു ബിരുദം കൂടിയുള്ളവരാണ്. ചികിത്സയുടെ ആവശ്യത്തിലേക്കായി മനോരോഗികളെ ചികിത്സിക്കാനായി സർക്കാർ നിയമിക്കുന്ന ഡോക്ടർമാരെയും മനോരോഗചികിത്സകന്മാരായി കണക്കാക്കാം എന്ന് മാനസികാരോഗ്യനിയമം അനുശാസിക്കുന്നു. മനോരോഗചികിത്സാവിദഗ്ധർ പ്രധാനമായി ഔഷധങ്ങളെ ആശ്രയിച്ചുള്ള ചികിത്സകളാണു ചെയ്യുക. ഒപ്പം ആവശ്യമുള്ള ഘട്ടങ്ങളിൽ സൈക്കോതെറാപ്പിയും ബിഹേവിയറൽ രീതി

കളുമടങ്ങുന്ന മനഃശാസ്ത്രപരമായ ചികിത്സകളും അവർ ഉപയോഗിക്കാറുണ്ട്. അലോപ്പതി വിഭാഗത്തിൽ എം ബി ബി എസ് ആണ് മരുന്നുകൾ കുറിക്കാനുള്ള അടിസ്ഥാനയോഗ്യത.

സൈക്കോളജി എന്ന മനഃശാസ്ത്രമാവട്ടെ സ്വഭാവരീതികളെപ്പറ്റിയുള്ള പഠനവിഭാഗമാണ്. സംഘർഷാവസ്ഥകളും സാഹചര്യങ്ങളും മനസിന്റെ പ്രവർത്തനത്തെ എങ്ങനെ സ്വാധീനിക്കുന്നു എന്നും ജീവിതത്തിലെ ആദ്യകാലാനുഭവങ്ങൾക്കും അനുഭൂതികൾക്കും എങ്ങനെയാണ് ഒരു മനുഷ്യന്റെ വ്യക്തിത്വത്തെ സ്വാധീനിക്കാനാവുക എന്നുമുള്ള കാര്യങ്ങളാണ് പ്രധാനമായി സൈക്കോളജിസ്റ്റുകൾ എന്ന മനഃശാസ്ത്രജ്ഞർ പഠിക്കുന്നത്. എം എ (സൈക്കോളജി) യ്ക്കുശേഷം എം ഫിൽ അല്ലെങ്കിൽ മെഡിക്കൽ ആന്റ് സോഷ്യൽ സൈക്കോളജിയിൽ ഒരു അംഗീകൃത സർവകലാശാലയിൽനിന്നും ബിരുദം നേടിയവരെയാണ് ക്ലിനിക്കൽ സൈക്കോളജിസ്റ്റുമാരായി കണക്കാക്കുന്നത്. മനഃശാസ്ത്രപരമായ ചികിത്സാരീതികളാണ് ഇവർ പ്രധാനമായും ഉപയോഗിക്കുക. അതിലാണ് ഇവരുടെ പ്രാവീണ്യവും. പി എച്ച് ഡി ബിരുദത്തിനുശേഷം സൈക്കോളജിസ്റ്റുമാർ പലരും ഡോക്ടർ ബിരുദം പേരിനോടൊപ്പം ഉപയോഗിക്കുമെങ്കിലും ഇവർക്ക് മരുന്നുകൾ എഴുതാനുള്ള അവകാശവും അധികാരവുമില്ല.

എം എ (സോഷ്യോളജി)യ്ക്കുശേഷം സൈക്യാട്രിക് സോഷ്യൽ വർക്കിൽ ഡിപ്ലോമ അല്ലെങ്കിൽ എം എസ് ഡബ്ല്യൂയ്ക്കുശേഷം സൈക്യാട്രിക് സോഷ്യൽ വർക്കിൽ ഡിപ്ലോമ അതുമല്ലെങ്കിൽ സൈക്യാട്രിക് സോഷ്യൽ വർക്കിൽ എംഫിൽ ഇതാണ് സൈക്യാട്രിക് സോഷ്യൽ വർക്കറുടെ യോഗ്യത. മനോരോഗികളെ സമൂഹത്തിൽ പുനരധിവസിപ്പിക്കാനും അവർക്കുവേണ്ടിയുള്ള സാമൂഹ്യമുന്നേറ്റങ്ങളുടെ പ്രേരണയാവാനുമുള്ള ദുഷ്കരമായതെങ്കിലും പ്രധാനമായ കർമമാണ് സൈക്യാട്രിക് സോഷ്യൽ വർക്കർമാർക്കുള്ളത്. സാമൂഹ്യമായ ചികിത്സാരീതികൾ നടപ്പിലാക്കുക, മാനസികരോഗം മാറിയ വ്യക്തികളുടെ പുനരധിവാസശ്രമങ്ങൾ പ്രാവർത്തികമാക്കുന്നതിന് ചുക്കാൻ പിടിക്കുക, രോഗചികിത്സകരുമായും രോഗിയുടെ കുടുംബവുമായുമുള്ള ബന്ധം ഊട്ടിയുറപ്പിക്കുന്നതിന് സഹായിക്കുക എന്നിങ്ങനെയുള്ള ഭാരിച്ച ഉത്തരവാദിത്വമാണിവർക്കുള്ളത്. പലപ്പോഴും മനോരോഗചികിത്സയിൽ ഇവരുടെ പങ്ക് അവഗണിക്കപ്പെട്ടുപോകാറാണ് പതിവ്. സൈക്കോളജിസ്റ്റുമാർക്ക് തുല്യമായ പദവിയാണ് മനോരോഗചികിത്സയിൽ നിയമപരമായി സൈക്യാട്രിക് സോഷ്യൽ വർക്കർമാർക്കുള്ളത്.

ബി എസ് സി നേഴ്സിങ് പഠനത്തിനുശേഷം എം എസ് സി നേഴ്സിങ്ങിൽ മനോരോഗങ്ങളെക്കുറിച്ചും മനോരോഗചികിത്സയെക്കുറിച്ചും മനോരോഗചികിത്സയിലെ നേഴ്സിങ് കാര്യങ്ങളെക്കുറിച്ചുമാണ് സൈക്യാട്രിക് നേഴ്സുമാരുടെ ഉപരിപഠനം. മാനസികാരോഗ്യരംഗത്ത് രണ്ടുവർഷത്തെ ഇപ്രകാരമുള്ള പ്രത്യേക പരിശീലനം കഴിഞ്ഞ നേഴ്സുമാർ നമ്മുടെ ഇടയിൽ തുലോം വിരളമാണ് എന്നത് ഏറെ ശ്രദ്ധ വേണ്ട കാര്യമാണ്.

# 3

# എന്താണ് മനസ്സ്?

**കാ**ലാകാലങ്ങളായി മനുഷ്യനെ ഏറെ ചിന്തിപ്പിച്ചിട്ടുള്ളതും കുഴപ്പിച്ചിട്ടുള്ളതുമായ ഒരു ചോദ്യമാണിത്. മനസ്സ് എന്ന പദത്തിന് ഇന്നും കൃത്യമായ, വസ്തുനിഷ്ഠമായ ഒരു നിർവചനം അസാധ്യം തന്നെ. എന്നാൽ ശാസ്ത്രീയമായ സൗകര്യത്തിനായി മസ്തിഷ്കത്തിന്റെ ചിന്ത, വികാരം, പ്രവൃത്തി തുടങ്ങിയ കർമങ്ങളുടെ ആകത്തുകയെ മനസെന്നു വിളിച്ചു വരുന്നു. മസ്തിഷ്കം എന്ന അവയവത്തിന്റെ കർമത്തെയാണ് മനസെന്നു മനോരോഗചികിത്സകന്മാർ കരുതുന്നത്. മനസിന് ശരീരത്തിന്റെ എല്ലാ അവയവങ്ങളെയും സ്വാധീനിക്കാൻ കഴിയുമെന്ന് ഇന്ന് ശാസ്ത്രം സമ്മതിക്കുന്നു.

## മനസും മസ്തിഷ്കവും

ഹിപ്പോക്രാറ്റസ്, ഗ്രിസിംഗർ തുടങ്ങിയ ഒട്ടേറെ ഭിഷഗ്വരന്മാർ മനോരോഗങ്ങൾ മസ്തിഷ്കത്തിന്റെ രോഗാവസ്ഥകളാണെന്ന് അഭിപ്രായപ്പെട്ടിട്ടുണ്ട്. 1991 മുതൽ 2000 വരെയുള്ള 10 വർഷങ്ങളാണ് മസ്തിഷ്കദശകമെന്ന പേരിൽ അറിയപ്പെട്ടത്. ഈ കാലഘട്ടത്തിൽ മസ്തിഷ്കത്തെപ്പറ്റിയും മനസിന്റെ പ്രവർത്തനത്തെപ്പറ്റിയും ഒട്ടേറെ

ഹിപ്പോക്രാറ്റസ്

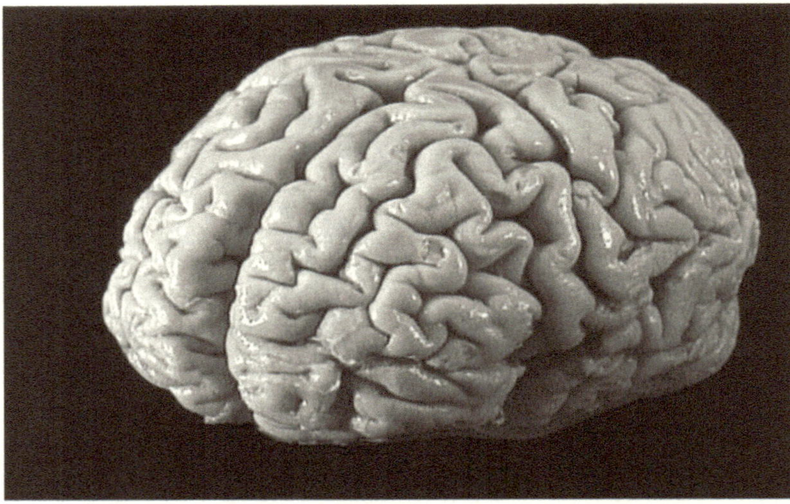

തലച്ചോറ്

പുതിയ അറിവുകൾ ശാസ്ത്രലോകത്തിന് ലഭിച്ചു. മസ്തിഷ്കത്തിന്റെ പ്രധാനഭാഗങ്ങളായ സെറിബ്രൽ കോർട്ടക്സ്, ലിംബിക് സിസ്റ്റം, ബേസൽ ഗാംഗ്ലിയ, തലാമസ്, ഹൈപ്പോതലാമസ് എന്നീ ഭാഗങ്ങൾ മനോരോഗചികിത്സകർ ഏറെ പ്രധാനപ്പെട്ടതാണെന്നു കരുതുന്നു.

## എന്താണ് ആരോഗ്യം?

ആരോഗ്യം എന്നാൽ രോഗത്തിന്റെ അഭാവം മാത്രമല്ല, ശാരീരികമായും മാനസികമായും സാമൂഹ്യമായും ഉള്ള സ്വസ്ഥമായ അവസ്ഥയാണെന്ന് ലോകാരോഗ്യസംഘടന വിവക്ഷിച്ചിട്ടുണ്ട്. സ്വന്തം കഴിവുകൾ തിരിച്ചറിയാനും അവ ഫലപ്രദമായി ഉപയോഗിക്കാനും കഴിയുക, ക്രിയാത്മകമായ സംഭാവനകൾ സമൂഹത്തിന് നൽകുക എന്നിവയൊക്കെ ഒരു വ്യക്തി ആരോഗ്യവാനാണെന്നതിന്റെ ലക്ഷണങ്ങളാണ്.

## എന്താണ് മനോരോഗം?

മനോരോഗങ്ങൾ പ്രാചീനകാലം മുതൽക്കുതന്നെ വിവരിക്കപ്പെട്ടിരുന്നു. മനസിന് അസ്വസ്ഥതയും സമാധാനക്കുറവും ഉണ്ടാക്കുന്ന, രോഗിയുടെ വ്യക്തിജീവിതത്തിലും മറ്റു വ്യക്തികളുമായും സമൂഹവുമായും ഇടപഴകുന്നതിലും ബുദ്ധിമുട്ടുണ്ടാക്കുന്ന അവസ്ഥകളെയാണ് മനോരോഗങ്ങൾ എന്നു വിളിച്ചുവരുന്നത്. ഒരുകാലത്ത് ഭൂതപ്രേതങ്ങൾ ബാധിച്ചും ദൈവകോപം കൊണ്ടുമാണ് മാനസികരോഗങ്ങളുണ്ടാകുന്നത് എന്നായി

രുന്നു കരുതിയിരുന്നത്. എന്നാലിന്ന് തലച്ചോറിലെ രാസവസ്തുക്കളുടെ അളവിലും പ്രവർത്തനങ്ങളിലുമുള്ള ഏറ്റക്കുറച്ചിലുകളും മസ്തിഷ്കത്തിന്റെ പ്രവർത്തനത്തിലുള്ള ചില അപാകതകളുമാണ് മനോരോഗങ്ങൾക്ക് കാരണമാകുന്നത് എന്നു കണ്ടെത്തിയിട്ടുണ്ട്.

# 4

# എന്തുകൊണ്ടാണ് മനോരോഗങ്ങൾ ഉണ്ടാകുന്നത്?

**എല്ലാ മനോരോഗങ്ങളും ഒന്നാണോ?**

പലരും വിചാരിക്കുന്നതുപോലെ മനോരോഗങ്ങൾ ഒരൊറ്റ രോഗമല്ല. ഹൃദ്രോഗം എന്നത് ഹൃദയത്തെ ബാധിക്കുന്ന ഒരു കൂട്ടം രോഗങ്ങൾക്ക് പറയുന്ന പൊതുവായ വാക്കെന്നപോലെ മനോരോഗങ്ങൾ എന്ന വാക്ക് മനസിനെ ബാധിക്കുന്ന ഒന്നിലേറെ രോഗങ്ങൾക്ക് പൊതുവായി പറയുന്ന ഒന്നാണ്.

ഒരു പ്രത്യേക ലക്ഷണം കൊണ്ടുമാത്രം ഒരാളെ മനോരോഗി എന്നു മുദ്രകുത്താൻ കഴിയില്ല. മറ്റുള്ളവരിൽനിന്നും പ്രത്യേകതയുള്ള സ്വഭാവസവിശേഷതകൾ കാണിക്കുന്നു എന്നതും മാനസികരോഗമായി കണക്കാക്കാനാവില്ല. വിവിധ മനോരോഗങ്ങൾക്ക് വിവിധതരം ലക്ഷണങ്ങളാണുള്ളത്. അസ്വസ്ഥത സൃഷ്ടിക്കുന്ന ഒരു കൂട്ടം ലക്ഷണങ്ങൾ ചില നിശ്ചിത രീതികളിൽ ഒരുമിച്ചു കാണുമ്പോഴാണ് ഒരു വ്യക്തിക്ക് മനോരോഗമുണ്ടോ എന്നു നാം ചിന്തിക്കുന്നത്.

ശാരീരികരോഗങ്ങൾക്ക് വ്യത്യസ്തമായ ഗുരുതരാവസ്ഥകൾ എന്നതുപോലെ മാനസികരോഗങ്ങളുടെ തീവ്രതയ്ക്കും വ്യത്യാസമുണ്ട്.

നേരത്തേ പറഞ്ഞതുപോലെ മനസെന്നാൽ മസ്തിഷ്കത്തിന്റെ പ്രവർത്തനങ്ങളായ ചിന്ത, വികാരം, പ്രവൃത്തി എന്നിവയുടെ ആകത്തുകയാണെന്നാണ് മനോരോഗചികിത്സകന്മാർ വിശ്വസിക്കുന്നത്. മസ്തിഷ്കവും മനസും ശരീരവും സമൂഹവുമെല്ലാം പരസ്പരം സ്വാധീനം ചെലുത്തുന്ന കാര്യങ്ങളാണ്. സാമൂഹ്യപ്രശ്നങ്ങളും കുടുംബപ്രശ്നങ്ങളും രാസവസ്തുക്കളുടെ അപാകതകളുമെല്ലാം മനോരോഗകാരണങ്ങളായി പലരും പറയാറുണ്ടെങ്കിലും രോഗത്തിന്റെ പ്രധാന കാരണ

മായി ഇതിലേതെങ്കിലും ഒന്നു ചൂണ്ടിക്കാണിക്കുന്നത് അതിസങ്കീർണ മായ ഒരു കാര്യത്തെ അമിതമായി ലഘൂകരിക്കലാവും. വ്യത്യസ്തരായ വ്യക്തികളിൽ മനോരോഗസാധ്യത വ്യത്യസ്തമാണ്. ഒരു വ്യക്തിയിൽ മാനസികരോഗമുണ്ടാകുന്നതിനെ സ്വാധീനിക്കുന്ന ഘടകങ്ങൾ പല താണ്:

1. ജൈവപരമായ ഘടകങ്ങൾ.
2. മസ്തിഷ്കത്തിന്റെ ഘടനയിലും പ്രവർത്തനത്തിലുമുള്ള വ്യത്യാസങ്ങൾ.
3. പാരമ്പര്യം.
4. ശൈശവാനുഭവങ്ങൾ.
5. ദൈനംദിന ജീവിതത്തിലുണ്ടാകുന്ന സംഘർഷാവസ്ഥകൾ.
6. ജീവിതത്തിൽ പൊടുന്നനെയുണ്ടാകുന്ന പ്രതിസന്ധികൾ

മനോരോഗങ്ങൾ ഉണ്ടാകാനുള്ള സാധ്യത (vulnerability) കൂടിയ വ്യക്തികളിൽ മറ്റു പ്രത്യേക കാരണങ്ങളൊന്നുമില്ലാതെ തന്നെ മാനസിക രോഗലക്ഷണങ്ങൾ പ്രത്യക്ഷപ്പെടാം. എന്നാൽ കുറച്ചുകൂടി കുറഞ്ഞ മനോരോഗസാധ്യത ഉള്ളവരിൽ ഒരു പരിധിക്കപ്പുറം സംഘർഷം വർധി ക്കുമ്പോഴാണ് മനോരോഗങ്ങളുണ്ടാകുന്നത്.

# 5

# മാനസികരോഗത്തെപ്പറ്റിയുള്ള തെറ്റിദ്ധാരണകൾ

**തെറ്റിദ്ധാരണ – മനോരോഗം എന്നത് ഒരൊറ്റരോഗമാണ്.**

ശരിയായ വസ്തുത – മനോരോഗം എന്നത് ഒരു കൂട്ടം രോഗങ്ങൾക്ക് ഒരുമിച്ച് പറയുന്ന പേരാണ്.

**തെറ്റിദ്ധാരണ – മനോരോഗങ്ങളുണ്ടാകുന്നത് ദൈവകോപംകൊണ്ടോ ബാധോപദ്രവംകൊണ്ടോ ആണ്.**

ശരിയായ വസ്തുത – മസ്തിഷ്കത്തിന്റെ പ്രവർത്തനത്തിലുള്ള അപാകതയാണ് മനോരോഗത്തിനു കാരണമായി ശാസ്ത്രം കണ്ടെത്തിക്കൊണ്ടിരിക്കുന്നത്.

**തെറ്റിദ്ധാരണ – മനോരോഗികൾ അപകടകാരികളാണ്.**

ശരിയായ വസ്തുത – മനോരോഗികൾ അപകടകാരികളല്ല, മറിച്ച് അക്രമത്തിനിരയാകുന്നവരാണ് എന്നതാണ് സത്യം.

**തെറ്റിദ്ധാരണ – മനോരോഗികളെ വിവാഹം കഴിപ്പിച്ചാൽ രോഗത്തിന് ശമനമുണ്ടാകും.**

ശരിയായ വസ്തുത – വിവാഹം ഒരു ചികിത്സയല്ലല്ലോ. രോഗമുള്ള അവസ്ഥയിൽ ഒരാളെ വിവാഹം കഴിപ്പിച്ചാൽ അത് പലപ്പോഴും രോഗം മൂലമുള്ള ബുദ്ധിമുട്ട് കൂട്ടാനാണ് സാധ്യത.

**തെറ്റിദ്ധാരണ – മനോരോഗികളെല്ലാം ലഹരിവസ്തുക്കൾ ഉപയോഗിക്കുന്നവരാണ്.**

ശരിയായ വസ്തുത – ലഹരിവസ്തുക്കളുടെ ഉപയോഗം മനോരോഗങ്ങളുണ്ടാക്കാം എന്നത് സത്യമാണ്. എന്നാൽ എല്ലാ മനോരോഗികളും ലഹരിവസ്തുക്കൾ ഉപയോഗിക്കാറില്ല.

**തെറ്റിദ്ധാരണ – എല്ലാ മനോരോഗികളും അക്രമാസക്തരാണ്.**

ശരിയായ വസ്തുത – രോഗവിഭ്രാന്തിയിൽ ചിലപ്പോൾ ചിന്താക്കുഴപ്പംകൊണ്ടോ അല്ലെങ്കിൽ വികാരാധിക്യംകൊണ്ടോ അല്ലാതെ മനോരോഗികൾ ആരെയും ആക്രമിക്കാറില്ല.

**തെറ്റിദ്ധാരണ – മനോരോഗികൾ കോമാളികളാണ്.**

ശരിയായ വസ്തുത – രോഗാവസ്ഥയിൽ അസ്വസ്ഥതകൊണ്ടും വേദനകൊണ്ടും അവർ ചെയ്യുന്ന പല കാര്യങ്ങളും നമുക്ക് കോമാളിത്തമായി തോന്നാമെങ്കിലും അവർ കോമാളികളല്ല എന്നതാണ് സത്യം.

**തെറ്റിദ്ധാരണ – കുഞ്ഞുങ്ങൾക്ക് മനോരോഗങ്ങൾ വരാറില്ല.**

ശരിയായ വസ്തുത – മനോരോഗങ്ങൾ പ്രായഭേദമെന്യേ ഏവർക്കും വരാം.

**തെറ്റിദ്ധാരണ – മനോരോഗികൾ ദുർബലചിത്തരാണ്.**

ശരിയായ വസ്തുത – മനോരോഗികൾ ദുർബലചിത്തരല്ല.

**തെറ്റിദ്ധാരണ – മനോരോഗികൾ അഹങ്കാരികളും ദുർനടത്തക്കാരുമാണ്.**

ശരിയായ വസ്തുത – മനോരോഗം കൊണ്ടുണ്ടാകുന്ന പെരുമാറ്റവൈകല്യങ്ങൾ അഹങ്കാരമോ ദുർനടത്തയോ കൊണ്ടുണ്ടാകുന്നതല്ല.

**തെറ്റിദ്ധാരണ – മനോരോഗങ്ങൾ പാരമ്പര്യമായി പകർന്നു കിട്ടുന്നവയാണ്.**

ശരിയായ വസ്തുത – മനോരോഗങ്ങൾ എല്ലായ്പ്പോഴും പാരമ്പര്യമായി പകർന്നു കിട്ടുന്നവയല്ല. മറിച്ച് ഒന്നിലേറെ ഘടകങ്ങൾ ഒന്നിച്ച് സ്വാധീനിക്കുമ്പോഴാണ് ഒരു വ്യക്തിക്ക് മനോരോഗമുണ്ടാകുന്നത്.

**തെറ്റിദ്ധാരണ – അമിതമായ സ്വയംഭോഗം, ലൈംഗികാസക്തി എന്നിവയാണ് മനോരോഗങ്ങൾക്ക് കാരണം.**

ശരിയായ വസ്തുത – സ്വയംഭോഗം, ലൈംഗികാസക്തി എന്നിവ മനോരോഗങ്ങൾക്ക് കാരണമല്ല.

# 6

# മനോരോഗങ്ങൾ എങ്ങനെ നേരത്തേ തിരിച്ചറിയാം

**ഇ**നിപ്പറയുന്ന ലക്ഷണങ്ങൾ ഒരു വ്യക്തിയിൽ കാണുകയാണെങ്കിൽ അയാളെ ഒരു മനോരോഗചികിത്സാവിദഗ്ധനെ കാണിച്ച് പരിശോധിപ്പിക്കുന്നത് നന്നായിരിക്കും.

- നീണ്ടുനിൽക്കുന്ന ഉറക്കക്കുറവ് അല്ലെങ്കിൽ ഉറക്കക്കൂടുതൽ.
- വിശപ്പില്ലായ്മ.
- മറ്റു കാരണങ്ങളൊന്നുമില്ലാതെ ശരീരത്തിന്റെ തൂക്കം കുറയുക.
- ഊർജസ്വലതയില്ലായ്മ, ശ്രദ്ധക്കുറവ്, ഒന്നിലും ഒരു താൽപ്പര്യവും ഉത്സാഹവുമില്ലാതിരിക്കുക.
- അതിയായ നിരാശ, കുറ്റബോധം, ഭാവിയെപ്പറ്റിയുള്ള അശുഭചിന്തകൾ.
- അമിതമായ ഉൽക്കണ്ഠ, വേവലാതി.
- എല്ലാറ്റിൽനിന്നും ഒഴിഞ്ഞുമാറാനും പിൻവലിയാനുമുള്ള പ്രവണത.
- ആത്മഹത്യാപ്രവണത.
- അസാധാരണമായ ശീലങ്ങൾ. ഉദാഹരണമായി; ചെയ്ത ചില കാര്യങ്ങൾ തന്നെ വീണ്ടും വീണ്ടും ചെയ്തുകൊണ്ടിരിക്കുക.
- തീവ്രമായ സംശയങ്ങൾ.
- മറ്റുള്ളവർ തനിക്കെതിരെ ഗൂഢാലോചന നടത്തുന്നുവെന്നും തന്നെ അപായപ്പെടുത്താൻ ശ്രമിക്കുന്നുവെന്നും ഉള്ള അമിതമായ തോന്നലുകളും അത് അടിസ്ഥാനമാക്കിയുള്ള പ്രവൃത്തികളും.
- തനിയെ ഇരുന്ന് സംസാരിക്കുക, ചിരിക്കുക, കരയുക.
- അമിതമായ ഈശ്വരവിശ്വാസം, അമിതമായ ലൈംഗികാസക്തി, അമിതമായി പണം ചെലവാക്കാനുള്ള പ്രവണത.

- ഇല്ലാത്ത ശബ്ദങ്ങൾ കേൾക്കുന്നു എന്നും, ഇല്ലാത്ത കാഴ്ചകൾ കാണുന്നു എന്നുമുള്ള തോന്നലുകൾ.
- മദ്യപാനത്തോടോ അല്ലെങ്കിൽ മറ്റു ലഹരിവസ്തുക്കളോടോ ഉള്ള അമിതമായ വിധേയത്വം.
- ബാധയുപദ്രവംപോലെ ഇടയ്ക്കിടയ്ക്ക് ബോധം നഷ്ടപ്പെടുക.
- അനേകപരിശോധനകൾക്കുശേഷവും വ്യക്തമായ രോഗനിർണയം നടത്താനാകാതെ ആവർത്തിച്ച് അനേകം ശാരീരികരോഗലക്ഷണ ങ്ങളുമായി ആശുപത്രികൾ പതിവായി സന്ദർശിക്കുക.
- ശാരീരിക രോഗങ്ങളെക്കുറിച്ച് അമിതമായ ഉൽക്കണ്ഠ പുലർത്തുക.
- തങ്ങൾക്ക് ക്യാൻസർ, എയ്ഡ്സ് തുടങ്ങിയവ പോലെയുള്ള രോഗ ങ്ങളുണ്ടെന്ന് ഭയക്കുക.
- പതിവിൽനിന്നും വ്യത്യസ്തവും അസ്വാസ്ഥ്യജനകങ്ങളുമായ സംസാരമോ പെരുമാറ്റമോ തുടർച്ചയായി കാണിക്കുക.

ഈ ലക്ഷണങ്ങൾ ഏതെങ്കിലും ഒന്ന് മാത്രം ഉള്ളത് മനോരോഗ മായി കണക്കാക്കാറില്ല. ഒന്നിലേറെ ലക്ഷണങ്ങൾ ചില പ്രത്യേക ദൈർ ഘ്യത്തിൽ ചില പ്രത്യേക തീവ്രതയിൽ കാണുമ്പോഴാണ് ഒരു വ്യക്തിക്ക് മനോരോഗമുണ്ടെന്ന് പറയുന്നത്.

# 7

# പ്രധാനപ്പെട്ട മനോരോഗലക്ഷണങ്ങൾ

**ശാ**രീരികരോഗങ്ങളിലെന്നപോലെ മനോരോഗങ്ങൾക്കുമുണ്ട് ചില ലക്ഷണങ്ങൾ. എല്ലാ മനോരോഗലക്ഷണങ്ങളെയും പറ്റി ഈ പുസ്തകത്തിൽ വിവരിക്കാനാവില്ല. പ്രധാനപ്പെട്ട ചില ലക്ഷണങ്ങളെപ്പറ്റി മാത്രമാണ് ഇനി പറയുന്നത്. മറ്റു രോഗലക്ഷണങ്ങളെപ്പറ്റി അതാതു രോഗങ്ങളോടൊപ്പം പ്രതിപാദിച്ചിട്ടുണ്ട്.

1. മനസിന്റെ സ്ഥായിയായ അടിസ്ഥാനഭാവത്തെ മൂഡ് (mood) എന്നും ചുറ്റുമുള്ള സാഹചര്യങ്ങൾക്കനുസരിച്ച് മാറി മാറിവരുന്ന മനസിന്റെ ഭാവത്തെ അഫക്ട് (affect) എന്നും പറയുന്നു. ഇവ അനുഭവിക്കുന്നതിലും പ്രകടിപ്പിക്കുന്നതിലുമുള്ള അപാകതകൾ.
2. ഇല്യൂഷനുകൾ – പുറമേ കാണുന്ന ഒരു വസ്തുവിനെ തെറ്റായി മനസിലാക്കുകയോ തെറ്റായി വ്യാഖ്യാനിക്കുകയോ ചെയ്യുന്നതാണ് ഇല്യൂഷൻ. ഉദാ: വെളിച്ചം കുറവുള്ളപ്പോൾ മുറിയിൽ കിടക്കുന്ന കയർ ഒരാൾ പാമ്പായി കാണുന്നത്.
3. ഹാല്യൂസിനേഷനുകൾ (hallucination) – പുറമേ മറ്റു പ്രചോദനങ്ങളൊന്നുമില്ലാതിരിക്കുമ്പോൾ കാഴ്ച, രുചി, കേൾവി, മണം, സ്പർശം തുടങ്ങിയ ഇന്ദ്രിയങ്ങളിലൂടെ കിട്ടുന്ന മിഥ്യാബോധങ്ങൾ അല്ലെങ്കിൽ തോന്നലുകളാണ് ഹാല്യൂസിനേഷനുകൾ.

   - മറ്റാരുമില്ലാതെ ഒറ്റയ്ക്കിരിക്കുമ്പോൾ രോഗിക്ക് ചെവിയിൽ ആരോ സംസാരിക്കുന്നതുപോലെ തോന്നും. ഇതിനെ ആഡിറ്ററി ഹാല്യൂസിനേഷൻ (auditory hallucination) എന്നു പറയുന്നു.
   - മറ്റാർക്കും കാണാനാവാത്ത കാഴ്ചകൾ ഒരു വ്യക്തി കാണു

ന്നതിനെ വിഷൽ ഹാല്യൂസിനേഷൻ (visual hallucination) എന്നു പറയുന്നു.

- മറ്റാർക്കും അനുഭവപ്പെടാത്ത ഗന്ധങ്ങൾ ഒരാൾക്ക് അനുഭവപ്പെടുന്നതിനെ ഓൾഫാക്ടറി ഹാല്യൂസിനേഷൻ (olfactory hallucination) എന്നു പറയുന്നു.
- മറ്റാർക്കും അനുഭവപ്പെടാത്ത രുചികൾ അനുഭവപ്പെടുന്നതിനെ ഗസ്റ്റേറ്ററി ഹാല്യൂസിനേഷൻ (gustatory hallucination) എന്നു പറയുന്നു.
- മറ്റാർക്കും കാണാൻ സാധിക്കാതിരുന്നിട്ടും പുറത്തുകൂടി ആരോ സ്പർശിക്കുന്നു എന്ന തോന്നലിനെ ടാക്ടൈൽ ഹാല്യൂസിനേഷൻ (tactile hallucination) എന്നു പറയുന്നു.
- മറ്റു മിഥ്യാബോധങ്ങളെ അപേക്ഷിച്ച് കേൾവിയുമായി ബന്ധപ്പെട്ട ഹാല്യൂസിനേഷനുകൾ ആണ് മനോരോഗങ്ങളിൽ കൂടുതലായി കാണുക.
- മറ്റു വിധത്തിൽപ്പെട്ട ഹാല്യൂസിനേഷനുകൾ മസ്തിഷ്കസംബന്ധമായ അസുഖങ്ങളുള്ളവർക്കും മൈഗ്രെൻ, ചിലതരം അപസ്മാരങ്ങൾ തുടങ്ങിയ അസുഖങ്ങളുള്ളവർക്കും ചിലതരം ലഹരിവസ്തുക്കളുപയോഗിക്കുന്നവർക്കുമാണ് കാണുക.

4. ഒരു ചിന്തയിൽനിന്ന് മറ്റൊന്നിലേക്ക് രോഗിയുടെ സംസാരം പെട്ടെന്നു പെട്ടെന്ന് ഉപരിതലസ്പർശിയായി ചാടിപ്പോകുന്ന അവസ്ഥയെ ഫ്ളൈറ്റ് ഓഫ് ഐഡിയാസ് (flight of ideas) എന്നു പറയുന്നു. രോഗിയുടെ സംസാരം തടഞ്ഞു നിർത്താനാകാത്ത വിധത്തിൽ വേഗതകൂടിപ്പോകുന്നതിനെ പ്രഷർ ഓഫ് സ്പീച്ച് (pressure of speech) എന്നു പറയുന്നു. മാനിയ എന്ന രോഗാവസ്ഥയിലാണ് സാധാരണയായി ഇവ രണ്ടും കാണുക.
5. ഒരു ചിന്തയിൽനിന്നോ ആശയത്തിൽനിന്നോ രോഗി പരസ്പരബന്ധമില്ലാതെ മറ്റൊരു ചിന്തയിലേക്കോ ആശയത്തിലേക്കോ ചാടിപ്പോകുന്നതിനെ ലൂസനിങ് ഓഫ് അസോസിയേഷൻ (loosening of association) എന്നു പറയുന്നു. സ്കിസോഫ്രീനിയ എന്ന മനോരോഗത്തിലാണ് സാധാരണയായി ഇത് കാണുന്നത്.
6. സംസാരം കുറഞ്ഞു കുറഞ്ഞു വന്ന് ആശയങ്ങൾ ഇല്ലാതാവുന്ന അവസ്ഥയെ റിട്ടാർഡേഷൻ ഓഫ് തിങ്കിങ് (retardation of thinking) എന്നു പറയുന്നു. വിഷാദരോഗത്തിലാണ് ഇത് സാധാരണയായി കണ്ടുവരുന്നത്.
7. ആവശ്യത്തിൽ കൂടുതൽ നേരം രോഗി ഒരേ കാര്യം തന്നെ ആവർത്തിച്ചുകൊണ്ടിരിക്കുന്നതിനെ പെർസിവിറേഷൻ (perseveration) എന്നു പറയുന്നു. സ്കിസോഫ്രീനിയ, ഓർഗാനിക്, മാനസിക രോഗങ്ങൾ എന്നീ അവസ്ഥകളിലാണ് ഇത് സാധാരണയായി കണ്ടുവരുന്നത്.

8. ചിന്തകളുടെ പ്രവാഹത്തിൽ പൊടുന്നനവേ ഒരു തടസമുണ്ടാകുന്നതിനെ തോട്ട് ബ്ലോക്ക് (thought block) എന്നു പറയുന്നു. രോഗിയുടെ മനസ്സ് പെട്ടെന്ന് ശൂന്യമായിപ്പോവുകയും പിന്നീട് പുതിയ ഒരു ചിന്ത ഉടലെടുക്കുകയും ചെയ്യും. സ്കിസോഫ്രീനിയ എന്ന രോഗത്തിലാണ് ഇത് സാധാരണയായി കണ്ടുവരാറുള്ളത്.

9. ഡെല്യൂഷനുകൾ – വാഗ്വാദംകൊണ്ടോ തെളിവു നൽകിയോ മാറ്റാനാവാത്ത, ഒരു വ്യക്തിയുടെ വിദ്യാഭ്യാസമോ സാംസ്കാരികമോ ആയ നിലയ്ക്കു യോജിക്കാത്ത മിഥ്യാവിശ്വാസങ്ങളെയാണ് ഡെല്യൂഷനുകൾ എന്നു പറയുന്നത്.

a) മറ്റാരെങ്കിലും തന്നെ അപായപ്പെടുത്താൻ ശ്രമിക്കുന്നു എന്ന മിഥ്യാവിശ്വാസത്തെ ഡെല്യൂഷൻ ഓഫ് പെർസിക്യൂഷൻ (delusion of persecution) എന്നു പറയുന്നു.

b) മറ്റുള്ളവർ തന്നെക്കുറിച്ചാണ് സംസാരിക്കുന്നതെന്ന മിഥ്യാവിശ്വാസത്തെ ഡെല്യൂഷൻ ഓഫ് റഫറൻസ് (delusion of reference) എന്നു പറയുന്നു.

c) തനിക്ക് മറ്റുള്ളവരെക്കാൾ സാമ്പത്തികശേഷിയോ, കഴിവോ, അധികാരമോ, സൗന്ദര്യമോ ഒക്കെ ഉണ്ടെന്നുള്ള മിഥ്യാവിശ്വാസത്തെ ഡെല്യൂഷൻ ഓഫ് ഗ്രാൻഡിയോസിറ്റി (delusion of grandeur) എന്നു പറയുന്നു.

d) തന്റെ ശരീരമോ മനസോ ശരീരത്തിലെ ഏതെങ്കിലും ഒരവയവമോ നശിച്ചുപോയി എന്നുള്ള മിഥ്യാവിശ്വാസത്തെ നിഹിലിസ്റ്റിക് ഡെല്യൂഷൻ (nihilistic delusion) എന്നു പറയുന്നു.

e) താൻ പാപിയാണെന്നുള്ളതും അമിതമായ കുറ്റബോധം പ്രകടിപ്പിക്കുന്നതുമായ മിഥ്യാവിശ്വാസങ്ങളെ ഡെല്യൂഷൻ ഓഫ് സിൻ/ഡെല്യൂഷൻ ഓഫ് ഗിൽട്ട് (delusion of sin/delusion of guilt) എന്നു പറയുന്നു.

f) തനിക്ക് ഇനിയും കണ്ടുപിടിക്കപ്പെടാത്ത ഗുരുതരമായ ഒരു രോഗമുണ്ടെന്ന മിഥ്യാവിശ്വാസത്തെ ഹൈപ്പോകോൺഡ്രിയാക്കൽ ഡെല്യൂഷൻ (hypochondriacal delusion) എന്നു പറയുന്നു. വിഷാദരോഗം, സ്കിസോഫ്രീനിയ, സംശയരോഗം എന്നീ അവസ്ഥകളിലാണ് ഇത് കാണാറുള്ളത്.

g) തന്റെ ജീവിതപങ്കാളിക്ക് മറ്റാരെങ്കിലുമായി രഹസ്യബന്ധമുണ്ടെന്ന മിഥ്യാവിശ്വാസത്തെ ഡെല്യൂഷൻ ഓഫ് ജലസി (delusion of jealousy) അല്ലെങ്കിൽ ഡെല്യൂഷൻ ഓഫ് ഇൻഫിഡിലിറ്റി (delusion of infidelity) എന്നു പറയുന്നു. സ്കിസോഫ്രീനിയ, സംശയരോഗം (delusional disorder) എന്നീ അവസ്ഥകളിലാണ് ഇത് കണ്ടുവരുന്നത്.

h) തന്നെക്കാൾ സമൂഹത്തിൽ ഉന്നതസ്ഥാനമുള്ള ഒരു വ്യക്തിക്ക് തന്നോട് ഇഷ്ടമാണെന്ന മിഥ്യാവിശ്വാസത്തെ ഡെല്യൂഷൻ

ഓഫ് ലവ് (delusion of love) എന്നു പറയുന്നു. സംശയരോഗത്തിലാണ് പ്രധാനമായി ഇത് കണ്ടുവരുന്നത്.

10. ഒരു വ്യക്തിയുടെ ഇംഗിതത്തിനു വിപരീതമായി ആവർത്തിച്ച് സ്ഥിരമായി ചിന്തകളും ആശയങ്ങളും അയാളുടെ മനസിലേക്ക് ഇടിച്ചു തള്ളിക്കയറുന്ന അവസ്ഥയാണ് ഒബ്സഷൻ (obsession). നിസ്സാരമെന്നോ വിഡ്ഢിത്തമെന്നോ ആ വ്യക്തിക്കുതന്നെ തിരിച്ചറിയാനാവുമെന്നതിനാൽ അയാൾ പലപ്പോഴും വിഫലമായി ഈ ചിന്തകളെ എതിർത്തു തോൽപ്പിക്കാൻ ശ്രമിക്കും. ഇത് കൂടുതൽ ആകാംക്ഷ ജനിപ്പിക്കുന്നു.

11. ഒബ്സഷൻ മൂലമുള്ള ആകാംക്ഷ കുറയ്ക്കുന്നതിനുവേണ്ടി ആവർത്തിച്ചു ചെയ്യുന്ന അനുഷ്ഠാനക്രമങ്ങളെയാണ് കംപൽഷൻ (compulsion) എന്നു വിളിക്കുന്നത്. ഒബ്സഷനുകൾപോലെ തന്നെ ഇവയും രോഗി യുക്തിരഹിതങ്ങളെന്നു തിരിച്ചറിയും. എങ്കിലും സാമാന്യത്തിലധികം അസ്വസ്ഥതയും പ്രവൃത്തിവിഘ്നാതവും ഇവ മൂലമുണ്ടാകുന്നു.

12. രോഗി പുതിയ ഒരു വാക്കോ അല്ലെങ്കിൽ ഒരു വാക്ക് പുതിയൊരു അർഥത്തോടു കൂടിയോ ഉപയോഗിക്കുന്നതിനെ നിയോളോജിസം (neologism) എന്നു പറയുന്നു. സ്കിസോഫ്രീനിയ രോഗികളിലാണ് ഇത് സാധാരണയായി കാണുക.

ഇവ മാത്രമല്ല മനോരോഗങ്ങളിൽ കാണുന്ന ലക്ഷണങ്ങളെന്ന് ഓർക്കുക. മറ്റു പ്രധാനപ്പെട്ട ലക്ഷണങ്ങൾ അതാത് രോഗങ്ങളോടൊപ്പം വിവരിച്ചിട്ടുണ്ട്.

# 8

## രോഗനിർണയത്തിനായി നിങ്ങളുടെ ഡോക്ടർക്ക് ആവശ്യമുള്ള വിവരങ്ങൾ?

**ആ**രുടെയെങ്കിലും മനോരോഗചികിത്സയ്ക്കായി നിങ്ങൾ ഒരു ഡോക്ടറെ കാണുമ്പോൾ അദ്ദേഹത്തിന് നിങ്ങളെപ്പറ്റി, നിങ്ങളുടെ കുടുംബത്തെപ്പറ്റി ഒക്കെ ഒരുപാടുകാര്യങ്ങൾ അറിയേണ്ടി വന്നേക്കും. ഈ വിവരങ്ങളെല്ലാം ലഭിക്കുകയാണെങ്കിൽ അത് രോഗനിർണയത്തെയും രോഗചികിത്സയെയും ഒട്ടേറെ സഹായിച്ചേക്കാം.

1. പ്രധാനപ്പെട്ട രോഗലക്ഷണങ്ങൾ വിശദമായി.
2. അവ ഓരോന്നും തുടങ്ങിയിട്ട് എത്ര കാലമായി?
3. രോഗലക്ഷണങ്ങൾ തുടർച്ചയായിട്ടാണോ അതോ വിട്ടുവിട്ടാണോ വരാറുള്ളത്?
4. എപ്പോഴെങ്കിലും നിങ്ങളുടെ രോഗിക്ക് താഴെപ്പറയുന്ന കാര്യങ്ങൾ സംഭവിച്ചിട്ടുണ്ടോ?

   i) തലയ്ക്കു മുറിവേൽക്കുക.
   ii) ബോധം നഷ്ടപ്പെടുക.
   iii) ഓർമക്കുറവ്.
   iv) അപസ്മാരം.
   v) അറിയാതെ മലവും മൂത്രവും പോകുക.
   vi) വിട്ടുമാറാത്ത തലവേദന
   vii) വിട്ടുമാറാത്ത ഓക്കാനവും ഛർദിയും ഉണ്ടാവുക.
   viii) പരിസരബോധമില്ലാതെ പെരുമാറുക.
5. താഴെപ്പറയുന്ന കാര്യങ്ങൾ

   - തനിയെ ഇരുന്നു സംസാരിക്കുക, പിറുപിറുക്കുക.
   - തനിയെ ഇരുന്നു ചിരിക്കുക, കരയുക.

- ഒറ്റയ്ക്കിരിക്കാനുള്ള പ്രവണത.
- എപ്പോഴും എല്ലാത്തിനേയും സംശയം.
- അമിതമായ ലൈംഗികാസക്തി.
- അമിതമായ മതവിശ്വാസം.
- അമിതമായി പണം ചെലവാക്കൽ.
- അമിതമായ സംസാരം.
- തന്നെക്കൊണ്ട് ഒന്നിനും കൊള്ളില്ലെന്നും താൻ നിസ്സഹായനാണെന്നും, തനിക്ക് ഭാവിയിൽ പ്രതീക്ഷയ്ക്കു വഴിയില്ലെന്നും ഉള്ള വിഷാദചിന്തകൾ.
- ആത്മഹത്യ ചെയ്യണമെന്നുള്ള ചിന്തകളും ആത്മഹത്യാപ്രവണതയും.
- ലഹരിവസ്തുക്കൾ ഉപയോഗിക്കുന്ന ശീലമുണ്ടെങ്കിൽ അതിനെക്കുറിച്ചുള്ള വിശദവിവരങ്ങൾ.

6. നാളിതുവരെയുള്ള ചികിത്സയുടെ വിശദവിവരങ്ങൾ.
7. കുടുംബാംഗങ്ങളിൽ ആർക്കെങ്കിലും മാനസികരോഗമുണ്ടെങ്കിലോ, ആർക്കെങ്കിലും ലഹരിവസ്തുക്കൾ ഉപയോഗിക്കുന്ന ശീലമുണ്ടെങ്കിലോ, ആരെങ്കിലും ആത്മഹത്യ ചെയ്തിട്ടുണ്ടെങ്കിലോ അതിനെക്കുറിച്ചുള്ള വിശദവിവരങ്ങൾ.
8. ഏതെങ്കിലും രീതിയിലുള്ള സ്വഭാവവ്യതിയാനങ്ങൾ കാണിക്കുന്ന കുടുംബാംഗങ്ങളെപ്പറ്റിയുള്ള വിശദവിവരങ്ങൾ.
9. നിങ്ങൾ കൊണ്ടുപോകുന്ന രോഗിക്ക് മുമ്പ് എപ്പോഴെങ്കിലും മാനസികരോഗം വന്നിട്ടുണ്ടെങ്കിൽ അതിന്റെ വിശദവിവരങ്ങൾ.
10. രോഗിയുടെയും കുടുംബാംഗങ്ങളുടെയും വ്യക്തിത്വലക്ഷണങ്ങൾ (വ്യക്തിത്വ വൈകല്യങ്ങൾ എന്ന അധ്യായം നോക്കുക).
11. രോഗിയുടെ വ്യക്തിപരമായ താഴെപ്പറയുന്ന കാര്യങ്ങൾ.

- ജനനത്തെപ്പറ്റിയുള്ള വിശദവിവരങ്ങൾ.
- കുട്ടിക്കാലത്തെ സ്വഭാവവിശേഷങ്ങൾ.
- കുട്ടിക്കാലത്ത് എന്തെങ്കിലും രോഗങ്ങൾ വന്നിട്ടുണ്ടെങ്കിൽ അതിനെക്കുറിച്ചുള്ള വിശദവിവരങ്ങൾ.
- സ്കൂളിലെ വിശേഷങ്ങൾ.
- ജോലിസ്ഥലത്തെ വിശേഷങ്ങൾ.
- സ്ത്രീയാണെങ്കിൽ മാസമുറയുമായി ബന്ധപ്പെട്ട അസ്വസ്ഥതകളെപ്പറ്റി.
- വിവാഹം കഴിഞ്ഞ ആളാണെങ്കിൽ വിവാഹജീവിതത്തെപ്പറ്റി.

# 9

## മാനസികാവസ്ഥാ പരിശോധന

**മു**ൻപു പറഞ്ഞ വിശദാംശങ്ങളെല്ലാം അറിഞ്ഞതിനുശേഷമാണ് ഡോക്ടർ രോഗിയുടെ ശാരീരികപരിശോധനയും മാനസികാവസ്ഥാപരിശോധനയും നടത്തുക. ഹൃദയം, കരൾ, മസ്തിഷ്കം, വൃക്കകൾ, ശ്വാസകോശം, തൈറോയിഡ് എൻഡോക്രൈൻ ഗ്രന്ഥികൾ തുടങ്ങിയ ശരീരത്തിലെ പ്രധാന അവയവങ്ങളുടെ പ്രവർത്തനനിലവാരത്തെപ്പറ്റി അറിയേണ്ടത് ഒരു മനോരോഗചികിത്സകനെ സംബന്ധിച്ച് ഏറ്റവും പ്രധാനമാണ്. മാത്രമല്ല ഡോക്ടർ നിങ്ങളുടെ പൾസ്, രക്തസമ്മർദം, വിളർച്ച തുടങ്ങിയ പൊതുവായ കാര്യങ്ങളും പരിശോധിക്കും.

മാനസികാവസ്ഥാ പരിശോധനയെപ്പറ്റി വിശദമായി ഈ ചെറിയ പുസ്തകത്തിൽ വിശദീകരിക്കാനാവില്ല. എങ്കിലും ചെറിയ ഒരു രൂപരേഖ താഴെക്കൊടുക്കുന്നു.

പൊതുവായ കാഴ്ചയിലും പെരുമാറ്റത്തിലും രോഗി എങ്ങനെയിരിക്കുന്നു, രോഗിയുടെ സംസാരരീതി, രോഗി വിഷാദരോഗലക്ഷണങ്ങളോ, ആത്മഹത്യാപരമായ ചിന്തകളോ, മിഥ്യാവിശ്വാസങ്ങളോ, മിഥ്യാബോധങ്ങളോ, ഇല്യൂഷനോ പ്രകടിപ്പിക്കുന്നുണ്ടോ, രോഗിയുടെ മനസിന്റെ വൈകാരികാവസ്ഥയും സന്ദർഭത്തിനനുയോജ്യമായ രീതിയിൽ അത് പ്രകടിപ്പിക്കാൻ അയാൾക്കു സാധിക്കുന്നുണ്ടോ, രോഗിയുടെ ശ്രദ്ധ, സ്ഥല-കാല-വ്യക്തി-ബോധങ്ങൾ, ഓർമശക്തി, സാമാന്യബുദ്ധി, കാര്യങ്ങൾ പൊതുവായ അർഥത്തിൽ മനസിലാക്കാനുള്ള കഴിവ്, സ്വന്തം അവസ്ഥയെക്കുറിച്ചുള്ള തിരിച്ചറിവ് എന്നിവയൊക്കെ പ്രഗത്ഭനായ ഒരു മനോരോഗചികിത്സകന് ലഘുവായ ചോദ്യോത്തരപരിശോധനയിലൂടെ അറിയാൻ കഴിയും.

**മനോരോഗനിർണയം**

ഇത്തരത്തിലുള്ള വിശദമായ പരിശോധനകൾക്കുശേഷം ലോകാരോഗ്യസംഘടനയുടെ ICD-10 (International Classification of Diseases - 10th Revision) അമേരിക്കൻ സൈക്യാട്രിക് അസോസിയേഷന്റെ (Diagnostic and Statistical Manual of Mental Disorders - IV - Text Revision) എന്നീ രണ്ടു മാർഗനിർദേശങ്ങളനുസരിച്ചാണ് മനോരോഗചികിത്സകർ രോഗനിർണയം നടത്തുക.

**ശ്രദ്ധിക്കുക**

മനോരോഗങ്ങൾ കണ്ടുപിടിക്കാനായി പ്രത്യേക ലാബ് പരിശോധനകളോ മറ്റു ടെസ്റ്റുകളോ ഇല്ല. രോഗമുണ്ടെന്നു സംശയിക്കപ്പെടുന്ന വ്യക്തിയുമായും ആ വ്യക്തിയുടെ ഉറ്റവരുമായും നടത്തുന്ന വിശദമായ ആശയവിനിമയമാണ് രോഗം കണ്ടുപിടിക്കാനുള്ള ഏക വഴി.

# 10

# ഓർഗാനിക് മനോരോഗങ്ങൾ
## (Organic Mental Disorders)

നേരിട്ടോ അല്ലാതെയോ മസ്തിഷ്കത്തിനു സംഭവിക്കുന്ന ക്ഷതങ്ങളും മസ്തിഷ്കത്തിനെ ബാധിക്കുന്ന രോഗങ്ങളും വൈവിധ്യമാർന്ന രോഗലക്ഷണങ്ങൾ സൃഷ്ടിക്കാറുണ്ട്. പലപ്പോഴും ഇതിൽ മനോരോഗലക്ഷണങ്ങളും കണ്ടുവരാറുണ്ട്. ഇവയെ ഓർഗാനിക് മനോരോഗങ്ങൾ എന്നു പറയുന്നു. രോഗാണുബാധകൾ, തലയ്ക്ക് ഏൽക്കുന്ന മുറിവുകൾ, രക്തത്തിലെ അണുബാധ, വൃക്ക, കരൾ, ഹൃദയം, ശ്വാസകോശം തുടങ്ങിയ ശരീരാവയവങ്ങളുടെ പ്രവർത്തനത്തിലുള്ള അപാകതകൾ, ഓക്സിജൻ കിട്ടാതെ വരുന്ന അവസ്ഥകൾ, രക്തത്തിലെ പഞ്ചസാരയുടെ അളവ് അമിതമായി കുറയുന്ന അവസ്ഥ, തലച്ചോറിനെ ബാധിക്കുന്ന ക്യാൻസറുകൾ, മസ്തിഷ്കത്തിൽ രക്തം കട്ടപിടിച്ചും രക്തസ്രാവംകൊണ്ടും ഉണ്ടാകുന്ന രോഗാവസ്ഥകൾ, മദ്യവും മറ്റു മയക്കുമരുന്നുകളുടെയും ദുരുപയോഗം, ബി 1, ബി 12 തുടങ്ങിയ വിറ്റാമിനുകളുടെ കുറവ്, അപസ്മാരം എന്നീ രോഗാവസ്ഥകൾ ഇവയൊക്കെ ഓർഗാനിക് മനോരോഗങ്ങൾ സംജാതമാക്കാം.

ഡെലിറിയം, ഡിമൻഷ്യ, ഓർഗാനിക് മറവിരോഗം (വെർണിക് കോർസക്കോവ് സിൻഡ്രോം) എന്നിവയാണ് പ്രധാനപ്പെട്ട ഓർഗാനിക് മനോരോഗങ്ങൾ.

### ഡെലിറിയം (Delirium)

നേരത്തേ പ്രതിപാദിച്ചതുപോലുള്ള പല കാരണങ്ങൾകൊണ്ടും പെട്ടെന്നുണ്ടാകുന്ന ചില രോഗലക്ഷണങ്ങൾക്ക് കൂട്ടായി പറയുന്ന പേരാണ് ഡെലിറിയം. വ്യക്തിയുടെ ബോധമണ്ഡലത്തിനു സംഭവിക്കുന്ന

മാന്ദ്യത, സ്ഥലകാലസമയങ്ങളും മറ്റു വ്യക്തികളെയും തിരിച്ചറിയാൻ കഴിയാതെ വരിക, ചുറ്റും മിഥ്യാദൃശ്യങ്ങൾ കാണുക, ചുറ്റും എന്തോ തിരയുന്നതുപോലെയും ചില സമയങ്ങളിൽ പ്രത്യേകിച്ച് രാത്രികാലങ്ങളിൽ കിടക്കയിൽനിന്നും എന്തോ പെറുക്കിയെടുക്കുന്നതുപോലെയും പെരുമാറുക, പെട്ടെന്ന് കരയുകയും ചിരിക്കുകയും ചെയ്യുക, ചുമരുകളിലും കിടക്കയിലും ചെറിയ പ്രാണികളും ജന്തുക്കളും ഇഴയുന്നതായി പറയുക, മറ്റുള്ളവർ തന്നെ ഉപദ്രവിക്കുന്നതായുള്ള മിഥ്യാവിശ്വാസങ്ങൾ പ്രകടിപ്പിക്കുക, പകൽ ഉറങ്ങുകയും രാത്രികാലങ്ങളിൽ ഉണർന്നിരിക്കുകയും ചെയ്യുക എന്നിവയൊക്കെ ഡെലിറിയത്തിന്റെ ലക്ഷണങ്ങളാണ്. ഈ ലക്ഷണങ്ങൾ രാത്രിയോടടുക്കുന്ന സമയത്ത് പകൽനേരത്തെയപേക്ഷിച്ച് കൂടുതലായി കാണപ്പെടുകയും ചെയ്യും.

ഡെലിറിയത്തിന്റെ രോഗലക്ഷണങ്ങൾ പ്രകടിപ്പിക്കുന്ന രോഗിയിൽ മറ്റു ശാരീരികരോഗങ്ങൾ ഉണ്ടോ എന്ന് ഉറപ്പുവരുത്തുകയാണ് ഡോക്ടറുടെ പ്രഥമ കർത്തവ്യം. ഇതിനായി, രക്തപരിശോധനകൾ, ഇ ഇ ജി, സി റ്റി സ്കാനിങ് അല്ലെങ്കിൽ എം ആർ ഐ സ്കാനിങ് തുടങ്ങിയ പരിശോധനകൾ വേണ്ടിവന്നേക്കാം. മാത്രവുമല്ല, പലപ്പോഴും ആശുപത്രിവാസവും ആവശ്യമായി വന്നേക്കാം. ശരിയായ ചികിത്സ ലഭിച്ചില്ലെങ്കിൽ രോഗിയുടെ ജീവനുതന്നെ അപായം നേരിടാനും സാധ്യതയുണ്ട്.

ഒരു ന്യൂറോളജിസ്റ്റിന്റെയും മനോരോഗചികിത്സാവിദഗ്ധന്റെയും സംയോജിതമായ ചികിത്സ രോഗശമനത്തിന് ഏറെ സഹായിക്കും.

## ഡിമെൻഷ്യ (Dementia)

ഡിമെൻഷ്യ അഥവാ മേധാക്ഷയം എന്ന രോഗത്തിന്റെ പ്രധാനലക്ഷണം ഓർമക്കുറവാണ്. അടുത്തകാലത്തായി സംഭവിച്ചിട്ടുള്ള പല കാര്യങ്ങളും രോഗിക്ക് ഓർമിക്കാൻ സാധിക്കുകയില്ല. ഇതുകൂടാതെ സംസാരിക്കുവാനും മറ്റുള്ളവരുടെ സംസാരം മനസിലാക്കുവാനുമുള്ള കഴിവില്ലായ്മ, മുൻപ് പഠിച്ചിട്ടുള്ള പല ജോലികളും ചെയ്യാൻ പറ്റാതെ വരിക, ആളുകളെയും വസ്തുക്കളെയും തിരിച്ചറിയാനുള്ള കഴിവില്ലായ്മ, ശ്രദ്ധക്കുറവ്, മുൻകൂട്ടിക്കണ്ട് തീരുമാനിച്ച് കാര്യങ്ങൾ ചെയ്യുന്നതിലുള്ള അപാകതകൾ എന്നിവയും ഡിമെൻഷ്യ രോഗത്തിൽ കണ്ടുവരാറുണ്ട്.

ഡിമെൻഷ്യ രോഗികളിൽ 10–15 ശതമാനത്തോളം പേർക്ക് പൂർണമായും ചികിത്സിച്ചു മാറ്റാവുന്ന കാരണങ്ങളാവാമുള്ളത്. ഡെലിറിയത്തിൽ എന്നപോലെ ഡിമെൻഷ്യക്കും പല കാരണങ്ങളുണ്ടാകാം. ഇതിൽ ഏറ്റവും പ്രധാനപ്പെട്ടത് അൽഷീമെഴ്സ് രോഗമാണ്.

## അൽഷീമർ ഡിമെൻഷ്യ (Alzheimer's Dementia)

ഡിമെൻഷ്യയുടെ ഏറ്റവും പ്രധാന കാരണങ്ങളിലൊന്നാണ് അൾഷീമർ ഡിമെൻഷ്യ. സ്ത്രീകളിലാണ് ഈ രോഗം പുരുഷന്മാരെക്കാൾ കൂടു

തലായി കണ്ടുവരുന്നത്. വാർധക്യത്തിൽ കണ്ടുവരുന്നതും വാർധക്യത്തിനു മുൻപു കണ്ടുവരുന്നതുമായ രണ്ടു തരം പ്രകടഭാവങ്ങളാണ് ഈ രോഗത്തിനുള്ളത്. ജനിതകമായ കാരണങ്ങളും മസ്തിഷ്കത്തിലെ അസറ്റൈൽ കോളിൻ എന്ന രാസവസ്തുവിന്റെ അഭാവവുമൊക്കെ അൾഷീമർ ഡിമെൻഷ്യക്കു കാരണമാകുന്നുണ്ടെന്ന് പഠനങ്ങൾ വെളിപ്പെടുത്തിയിട്ടുണ്ട്.

അൾഷീമർ ഡിമെൻഷ്യയുടെ വ്യക്തമായ രോഗനിർണയത്തിന് മസ്തിഷ്കത്തിന്റെ ബയോപ്സി പരിശോധന ആവശ്യമാണ്. പലപ്പോഴും ഡിമെൻഷ്യയുടെ മറ്റു കാരണങ്ങൾ ഇല്ലെന്ന് ഉറപ്പു വരുത്തിക്കൊണ്ടാണ് അൾഷീമർ ഡിമെൻഷ്യയുടെ രോഗനിർണയം നടത്തപ്പെടുന്നത്.

ഇപ്പോഴത്തെ അവസ്ഥയിൽ ചികിത്സിച്ചു മാറ്റാൻ പറ്റുന്ന ഒരു രോഗമല്ല അൾഷീമർ ഡിമെൻഷ്യ. എന്നാൽ വിദഗ്ധനായ ഒരു മനോരോഗ ചികിത്സാവിദഗ്ധന്റെയും ശിരോരോഗവിദഗ്ധന്റെയും ഒരുമിച്ചുള്ള ചികിത്സയിലൂടെ രോഗിക്കും രോഗിയുടെ ബന്ധുക്കൾക്കും കൂടുതൽ സൗഖ്യം പകരുവാൻ സാധിക്കും.

### ചികിത്സിച്ചു മാറ്റുവാൻ പറ്റുന്ന ഡിമെൻഷ്യയുടെ പ്രധാനപ്പെട്ട മറ്റു കാരണങ്ങൾ

1. മൾട്ടി ഇൻഫാർക്ട് ഡിമെൻഷ്യ (Multi Infarct Dementia) – മസ്തിഷ്കത്തിൽ രക്തം കട്ടപിടിച്ചോ രക്തസ്രാവംകൊണ്ടോ ആവർത്തിച്ചുണ്ടാകുന്ന സ്ട്രോക്കുകളുടെ (stroke) ഫലമാണ് മൾട്ടി ഇൻഫാർക്ട് ഡിമെൻഷ്യ. പലപ്പോഴും രോഗിക്ക് അമിത രക്തസമ്മർദം, പ്രമേഹം, പുകവലി, രക്തത്തിലെ അമിതമായ കൊളസ്ട്രോൾ എന്നിവ ഉണ്ടായിരിക്കും. ഡിമെൻഷ്യയുടെ രണ്ടാമത്തെ പ്രധാനപ്പെട്ട കാരണമാണിത്.

2. തൈറോയ്ഡ് ഗ്രന്ധിയുടെ പ്രവർത്തനക്കുറവുമൂലമുള്ള ഡിമെൻഷ്യ (Hypothyroid dementia).

## ഓർഗാനിക് മറവിരോഗം (Organic Amnesic Disorder)

മദ്യപാനികളിലാണ് വെർണിക് കോർസക്കോവ് സിൻഡ്രോം എന്നറിയപ്പെടുന്ന ഈ അവസ്ഥ സാധാരണയായി കണ്ടുവരുന്നതെങ്കിലും പോഷകാഹാരക്കുറവുള്ളവരിലും പ്രസവസംബന്ധമായ അമിതമായ ഛർദിയുള്ളവരിലുമൊക്കെ ഇത് കാണാം. നടക്കുമ്പോൾ വേച്ചുപോകൽ, ആശയക്കുഴപ്പം, കണ്ണുകളുടെ ചലനങ്ങളിലുള്ള ചില പ്രശ്നങ്ങൾ, ന്യൂറോപ്പതി, മറന്നുപോകുന്ന കാര്യങ്ങൾ ഭാവനയിൽ നിന്നുണ്ടാക്കി പറയുന്ന സ്വഭാവം എന്നിവയൊക്കെ ഈ അവസ്ഥയിൽ കാണും. ശരിയായ ചികിത്സ ലഭ്യമാക്കിയില്ലെങ്കിൽ ഈ അവസ്ഥ സ്ഥിരമായ തകരാറുകൾ സൃഷ്ടിച്ചേക്കാം.

**മറ്റ് ഓർഗാനിക് മാനസികരോഗങ്ങൾ**

മസ്തിഷ്കത്തിനു സംഭവിക്കുന്ന തകരാറുകൾകൊണ്ട് വൈകാരികരോഗങ്ങൾ, മിഥ്യാവിശ്വാസരോഗങ്ങൾ, ആകാംക്ഷാരോഗങ്ങൾ, സൈക്കോസിസ് രോഗങ്ങൾ എന്നിവയെല്ലാം ഉണ്ടാകാം.

# 11

# ലഹരിവസ്തുക്കൾ കഴിക്കുന്നതു കൊണ്ടുണ്ടാകുന്ന മനോരോഗങ്ങൾ

പ്രയോജനപ്രദമായ പല കാര്യങ്ങൾക്കുംവേണ്ടി മനുഷ്യൻ പണ്ടു മുതൽക്കുതന്നെ ലഹരിവസ്തുക്കൾ ഉപയോഗിച്ചിരുന്നു.

- ഔഷധമായി.
- വേദനാസംഹാരിയായി.
- ആഹ്ലാദത്തിനായി.
- ഉന്മേഷത്തിനായി.
- മാനസികസംഘർഷങ്ങൾ ലഘൂകരിക്കുന്നതിനായി.
- ഉറക്കം കിട്ടുന്നതിനായി.
- ആത്മവിശ്വാസം ലഭിക്കുന്നതിനായി.

എന്നാൽ എല്ലാ ലഹരിവസ്തുക്കളും ദോഷം സൃഷ്ടിക്കുന്നവയാണെന്ന് സംശയാതീതമായി തെളിയിക്കപ്പെട്ടിട്ടുണ്ട്. ലഹരിവസ്തുക്കൾ പ്രധാനമായി ഉണ്ടാക്കുന്ന ദോഷങ്ങൾ മൂന്നാണ്.

- ദുരുപയോഗപ്പെടുത്താനുള്ള പ്രവണത.
- ഉപയോഗിക്കുന്നവരെ അടിമകളാക്കി നശിപ്പിക്കുക.
- ശാരീരികമായും മാനസികമായും രോഗങ്ങളുണ്ടാക്കുക.

എപ്പോഴൊക്കെയാണ് ഒരു വ്യക്തി ലഹരിവസ്തുക്കൾ ഉപയോഗിക്കുന്നുവെന്ന് നാം സംശയിക്കേണ്ടത്?

1. പെട്ടെന്നുള്ള വ്യക്തിത്വ മാറ്റങ്ങൾ – സ്കൂളിലോ ജോലിക്കോ വരാതാവുക, പഠനത്തിലോ ജോലിയിലോ പെട്ടെന്ന് പിന്നോക്കം പോവുക, അകാരണമായി കോപം വരിക.
2. ഉത്തരവാദിത്വങ്ങളിൽനിന്നും ഒഴിഞ്ഞുമാറുക.

3. മുൻപു താൽപ്പര്യം കാണിച്ചിരുന്ന പല കാര്യങ്ങളിലും താൽപ്പര്യം ഇല്ലാതാവുക.
4. സുഹൃത്തുക്കളിൽനിന്ന് ഒഴിഞ്ഞു മാറുക.
5. ശ്രദ്ധക്കുറവ്.
6. പെട്ടെന്നുണ്ടാവുന്ന രഹസ്യസ്വഭാവം.
7. പെട്ടെന്നുണ്ടാകുന്ന പുതിയ സുഹൃത്തുക്കൾ.
8. അകാരണമായി മോഷ്ടിക്കുക, കള്ളം പറയുക.
9. മറ്റുള്ളവരുടെ അവകാശങ്ങൾക്ക് വില നൽകാതിരിക്കുക.

## എന്താണ് മരുന്നടിമത്തം അഥവാ ഡ്രഗ് ഡിപ്പൻഡൻസ്?

ആരംഭകാലത്ത് മരുന്നുകളോടുണ്ടായിരുന്ന താൽപ്പര്യം ഒരു തരം ആവേശമായി മാറുകയും ക്രമേണ അവ കൂടാതെ നിലനിൽക്കാനാവില്ലെന്ന അവസ്ഥയിലെത്തിച്ചേരുകയും ചെയ്യും. പിന്നെ ഒരു ഡോസ് മരുന്നിനുവേണ്ടി എന്തു ചെയ്യാനും മടിയില്ലാത്ത മനോഭാവമാണ് ഇത്തരം ആളുകൾ കാണിക്കുക. ഔഷധസേവ തുടങ്ങുന്നതിനു മുൻപു മൂല്യവത്തായി കരുതിയിരുന്ന എന്തിനെക്കാളും വിലപ്പെട്ടതാണ് ലഹരിവസ്തുക്കൾ എന്ന മാനസികാവസ്ഥയിലെത്തിച്ചേരുന്നതിനെ ഡ്രഗ് ഡിപ്പൻഡൻസ് അഥവാ മരുന്നടിമത്തം എന്നു പറയുന്നു. ഡ്രഗ് ഡിപ്പൻഡൻസ് ഉള്ള വ്യക്തികൾ മരുന്നു നിർത്താനുള്ള കഴിവില്ലാത്തവരും മരുന്നു നിർത്തുമ്പോൾ പലപ്പോഴും ശാരീരികവും മാനസികവുമായ അസ്വസ്ഥതകൾ ഉണ്ടാകുന്നവരും കാലക്രമേണ മരുന്നിന്റെ ഫലം ശരീരത്തിൽ കുറയുമ്പോൾ ക്രമേണ തന്നെത്താനേ മരുന്നിന്റെ അളവ് കൂട്ടേണ്ടിവരുന്നവരുമായിരിക്കും. പലപ്പോഴും ശാരീരികവും മാനസികവുമായി ഈ മരുന്ന് ദോഷഫലങ്ങൾ ഉണ്ടാക്കും എന്നറിയാമെങ്കിലും രോഗിക്ക് അത് നിർത്താനാവില്ല.

## ഡ്രഗ് ഡിപ്പൻഡൻസ് തിരിച്ചറിയാനുള്ള പ്രധാന ലക്ഷണങ്ങൾ

1. കൂടെക്കൂടെ പതിവിൽ കവിഞ്ഞ അളവിൽ കഴിക്കുക.
2. അളവു കുറയ്ക്കാനുള്ള ശ്രമങ്ങൾ വിഫലമാകുക.
3. ലഹരിവസ്തുക്കൾ ഉപയോഗിക്കുന്നതിനോ ലഹരിവസ്തുക്കൾ ലഭ്യമാക്കുവാൻ വേണ്ടിയോ കൂടുതൽ സമയം ഉപയോഗിക്കുക.
4. ലഹരി കിട്ടാതെ വന്നാൽ വെപ്രാളം കാണിക്കുക.
5. ലഹരി കഴിക്കുമ്പോൾ സാമൂഹ്യമായ തൊഴിൽപരമായ പ്രവർത്തനങ്ങളിൽനിന്നും മാറി നിൽക്കുക.
6. ശാരീരികാരോഗ്യം എത്ര പ്രതികൂലമായിരുന്നാലും ലഹരിയിൽ നിന്നും പിന്തിരിയാൻ സാധിക്കാതിരിക്കുക.

## ഡ്രഗ് ഡിപ്പന്റൻസിന്റെ തുടക്കം

പലപ്പോഴും നിസ്സാരമായി തുടങ്ങുന്ന ഒരു കൗതുകം, ജിജ്ഞാസ, പരീക്ഷണ പ്രവണത എന്നിവയാണ് ലഹരിവസ്തുക്കളോടുള്ള ആസ

ക്തി, അമിതാസക്തി ശീലം, അടിമത്തം എന്നിവയിലേക്കു നയിക്കുന്നത്. നമ്മൾ ആരാധിക്കുന്ന വ്യക്തികളെ അനുകരിക്കാനുള്ള ശ്രമം, മാനസിക സമ്മർദങ്ങൾ, മാനസികരോഗങ്ങൾ എന്നിവയൊക്കെ ഇതിനെ സ്വാധീനിക്കുന്നു.

ലഹരിവസ്തുക്കളുടെ ലഭ്യത, ലഹരിവസ്തുക്കളോടുള്ള ആ വ്യക്തിയുടെയും സുഹൃത്തുക്കളുടെയും സമൂഹത്തിന്റെയും മനോഭാവം, സുഹൃത്തുക്കളുടെ സ്വഭാവം എന്നിവയെല്ലാം ആ വ്യക്തി ലഹരിമരുന്നുകൾ ഉപയോഗിക്കുന്നതിനെ സ്വാധീനിക്കുന്നു.

### എന്താണ് ഡ്രഗ് ഡിപ്പൻഡൻസ് ഉണ്ടാകുവാൻ കാരണം?

തലച്ചോറിൽനിന്നും കിട്ടുന്ന സുഖാനുഭൂതി (വൈകാരികതയും ഡോപ്പമിൻ എന്ന രാസവസ്തുവും ചേർന്നു നൽകുന്ന രസാനുഭൂതി), സാമൂഹികമായ സാഹചര്യങ്ങൾ എന്നിവ ഒരു വ്യക്തി ഡ്രഗ് ഡിപ്പഡൻസ് ആകുന്നതിനെ സ്വാധീനിക്കും.

### ലഹരിമരുന്നുകളുടെ ഉപയോഗംകൊണ്ടുണ്ടാകുന്നവയിൽ ചികിത്സിക്കേണ്ട രോഗാവസ്ഥകൾ

1. അതിലഹരി (Intoxication).
2. അടിമത്തം (Dependence).
3. ലഹരിമരുന്നുകൾ നിർത്തുമ്പോൾ ഉണ്ടാകുന്ന പ്രശ്നങ്ങൾ (Withdrawal Symptoms).
4. മറ്റു പ്രശ്നങ്ങൾ (മാനസികരോഗങ്ങൾ, ലൈംഗികപ്രശ്നങ്ങൾ, ഉറക്കത്തിലെ തകരാറുകൾ തുടങ്ങിയവ).

# 12

# മദ്യപാനം കൊണ്ടുള്ള ദൂഷ്യഫലങ്ങൾ

നമ്മുടെ നാട്ടിലെ ജനസംഖ്യയിൽ 45 ശതമാനത്തോളം മദ്യത്തിന്റെ പിടിയിലാണ് എന്നാണ് കണക്കുകൾ കാണിക്കുന്നത്. മദ്യത്തെക്കുറിച്ച് ഒട്ടേറെ തെറ്റിദ്ധാരണകളുണ്ട്. മദ്യം മനസിന്റെ പിരിമുറുക്കം കുറയ്ക്കുന്നു, ഉറക്കം നൽകുന്നു, പൗരുഷം വർധിപ്പിക്കുന്നു, പാർട്ടികളിൽ നേരമ്പോക്കാവുന്നു എന്നിങ്ങനെ പലതും. വികസ്വര രാജ്യങ്ങളിൽ മദ്യത്തിന്റെ ഉപയോഗം വർധിച്ചുകൊണ്ടിരിക്കുകയാണ്. മദ്യം കൊണ്ടുണ്ടാകുന്ന രോഗാവസ്ഥകളിൽ 80 ശതമാനവും വികസ്വരരാജ്യങ്ങളിലാണ്.

സ്ത്രീകളെ അപേക്ഷിച്ച് പുരുഷന്മാരാണ് മദ്യം കൂടുതലായി കഴിക്കുന്നത്. എങ്കിലും സ്ത്രീകളിലും മദ്യത്തിന്റെ ഉപയോഗം കൂടിക്കൊണ്ടിരിക്കുന്നു എന്നാണ് പല പഠനങ്ങളും സൂചിപ്പിക്കുന്നത്. മദ്യം കഴിക്കുന്ന വേഗത, ഏതുതരം മദ്യമാണ് കഴിക്കുന്നത്, ഭക്ഷണത്തോടൊപ്പമാണോ അതോ വെറും വയറ്റിലാണോ കഴിക്കുന്നത്, കഴിക്കുന്ന വ്യക്തിയുടെ ശരീരപ്രകൃതി എന്നിങ്ങനെ ഒട്ടേറെ ഘടകങ്ങൾ മദ്യപാനം ശരീരത്തെ എങ്ങനെ ബാധിക്കുന്നു എന്നതിനെ സ്വാധീനിക്കുന്നു.

### മദ്യത്തിന്റെ അതിലഹരി

പെട്ടെന്ന് അമിതമായി ശരീരത്തിലെ മദ്യത്തിന്റെ അളവ് കൂടുന്നതുകൊണ്ട് സംഭവിക്കുന്ന അവസ്ഥയാണിത്. അപരിചിതരോട് അമിതമായി പരിചയം കാണിക്കുക, തട്ടിക്കയറുക, തമാശ പറയാൻ ശ്രമിക്കുക, ധാരാളം സംസാരിക്കുക, സാമൂഹ്യമായ ആചാരമര്യാദകൾ മറക്കുക, സംസാരം കുഴയുക, വിയർക്കുക, ഹൃദയമിടിപ്പ് വർധിക്കുക, വിളർച്ച, മയക്കം, ഓർമപ്പിശക് എന്നിവയൊക്കെ അതിലഹരിയിൽ കാണാറുണ്ട്.

പിന്നെയും രക്തത്തിലെ മദ്യത്തിന്റെ അളവ് വർധിക്കുകയാണെങ്കിൽ രക്തസമ്മർദം കുറയുക, ശ്വാസതടസമനുഭവപ്പെടുക തുടങ്ങിയ ഒട്ടേറെ അസ്വസ്ഥതകളും ചിലപ്പോൾ മരണം വരെയും സംഭവിക്കാം. പലപ്പോഴും മദ്യപിച്ച് മറിഞ്ഞുവീഴുന്ന രോഗി ഛർദിച്ച് അത് ശ്വാസകോശത്തിൽ കയറുകയും ചെയ്താണ് മരണം സംഭവിക്കുന്നത്.

## മദ്യപാനത്തിൽനിന്ന് വിട്ടുനിൽക്കുമ്പോൾ ഉണ്ടാകുന്ന വിത്ത്ഡ്രാവൽ ലക്ഷണങ്ങൾ

മദ്യം അമിതമായി കഴിക്കുന്നവരിൽ പെട്ടെന്ന് മദ്യം നിർത്തുമ്പോഴോ അല്ലെങ്കിൽ കഴിക്കുന്ന മദ്യത്തിന്റെ അളവ് കുറയ്ക്കുമ്പോഴോ ആണ് വിത്ത്ഡ്രാവൽ ലക്ഷണങ്ങൾ അനുഭവപ്പെടുന്നത്. മദ്യത്തിന്റെ വിത്ത്ഡ്രാവൽ ലക്ഷണങ്ങൾ 48 മണിക്കൂറിൽ ആരംഭിക്കുകയും ഏകദേശം ഒരാഴ്ച വരെ നീണ്ടു നിൽക്കുകയും ചെയ്യും. ഇതിന് പലപ്പോഴും ആശുപത്രിയിൽ കിടന്നുള്ള ചികിത്സ ആവശ്യമാണ്. പ്രധാന ലക്ഷണങ്ങൾ ഇനിപ്പറയുന്നവയാണ്.

1. വിറയൽ.
2. ആകാംക്ഷ.
3. ഉറക്കമില്ലായ്മ.
4. വെപ്രാളം.
5. അപസ്മാരം (ഇതിനെ റം ഫിറ്റ് എന്നു പറയും).
6. മിഥ്യാദർശനങ്ങളും മിഥ്യാ ശ്രവണങ്ങളും.
7. രക്തസമ്മർദത്തിലും നെഞ്ചിടിപ്പിലുമുള്ള വ്യത്യാസം.
8. ഓക്കാനം, ഛർദിൽ.

ബെൻസോഡയസ്പിൻ (Benzodiazpine) തുടങ്ങിയ പല ഉറക്കമരുന്നുകളുടെയും വിത്ത്ഡ്രാവൽ ലക്ഷണങ്ങൾ മദ്യത്തിന്റേതിനോടു സാമ്യമുള്ളതാണ്.

## മദ്യം അപകടത്തിലാക്കുന്ന ശരീരാവയവങ്ങൾ

- മസ്തിഷ്കം
- ശ്വാസകോശം
- ഹൃദയം
- കരൾ
- പാൻക്രിയാസ്
- അന്നനാളം
- മൂത്രസഞ്ചി
- ലൈംഗികാവയവങ്ങൾ
- രക്തക്കുഴലുകൾ

## ലഹരിവസ്തുക്കളുടെ ഉപയോഗം കൊണ്ടുണ്ടാകുന്ന പൊതുവായ പ്രശ്നങ്ങൾ

- പോഷകക്കുറവ്
- ക്യാൻസറുകൾ
- മേധാക്ഷയം
- മാനസിക പ്രശ്നങ്ങൾ – വിഷാദം, സൈക്കോസിസ്, ലൈംഗിക പ്രശ്നങ്ങൾ, ഉറക്കക്കുറവ്.
- മദ്യം കഴിക്കുന്ന അമ്മമാരുടെ കുഞ്ഞുങ്ങളിൽ ബുദ്ധിമാന്ദ്യം, വളർച്ചക്കുറവ്, ഗർഭം അലസൽ, ജനിതകവൈകല്യങ്ങൾ എന്നിവ.

ലഹരിവസ്തുക്കളിൽനിന്നും മോചനം നേടുന്നതിനുവേണ്ടിയുള്ള ചികിത്സാ സമ്പ്രദായങ്ങൾ മദ്യം കഴിക്കുന്ന വ്യക്തിയുടെ മദ്യം നിർത്തണമെന്ന താൽപ്പര്യമാണ് ചികിത്സയിൽ ഏറ്റവും പ്രധാനമായ കാര്യം. മരുന്നുകളും കൗൺസിലിങ്ങും ഉൾപ്പെടുന്ന ചികിത്സാരീതികളാണ് കൂടുതൽ ഫലപ്രദമായി കണ്ടുവരാറുള്ളത്. പ്രധാനമായി മദ്യത്തിന്റെ അതിലഹരിയുള്ള അവസ്ഥകളിലും മദ്യം കഴിക്കണമെന്ന അമിതമായ ആസക്തി (ക്രേവിങ്)യുള്ള അവസരങ്ങളിലുമൊക്കെ മരുന്നുകൾ കൊണ്ടുള്ള ചികിത്സകളുംകൂടി ചെയ്യുന്നത് നന്നായിരിക്കും. ഇതോടൊപ്പംതന്നെ ശാരീരികമായ അസ്വസ്ഥതകളും മാനസികരോഗങ്ങളുണ്ടെങ്കിൽ അവയും ചികിത്സിച്ചു മാറ്റേണ്ടത് ആവശ്യമാണ്.

കൗൺസിലിങ് ചികിത്സയുടെ പ്രധാന കർത്തവ്യം മദ്യം കഴിക്കുന്ന വ്യക്തിയുടെ കുടുംബബന്ധങ്ങൾ ശക്തിപ്പെടുത്തുക, ലഹരിവസ്തുക്കൾ ഉപേക്ഷിക്കാനുള്ള പ്രേരണ നൽകുക, മദ്യത്തിന്റെ പുനരുപയോഗം തടയാനുള്ള മാർഗങ്ങൾ ആവിഷ്കരിക്കുക എന്നിവയാണ്.

ലഹരിവസ്തുക്കളുടെ പുനരുപയോഗം (relapse) തടയുവാൻവേണ്ടി പ്രത്യേകമായ മാർഗങ്ങൾ നിലവിലുണ്ട്. പുനരുപയോഗം ചികിത്സാ മാർഗത്തിൽ സാധാരണയായി ഉണ്ടാകാറുള്ള ഒരു വിലങ്ങുതടിയാണ് എന്നു മനസിലാക്കുകയും പുനരുപയോഗമുണ്ടാകുമ്പോൾ ഇനി ഒരിക്കലും തനിക്ക് ലഹരിവസ്തു നിർത്താൻ കഴിയില്ല എന്ന് നിരാശനാകാതിരിക്കുകയും പുനരുപയോഗം ഉണ്ടാകാൻ സാധ്യതയുള്ള സന്ദർഭങ്ങൾ തിരിച്ചറിയുകയും അതിനോട് എങ്ങനെ പ്രതികരിക്കണമെന്ന് നേരത്തേ തീരുമാനിക്കുകയും ചെയ്യുക എന്നിവയൊക്കെ പ്രായോഗികമായി നല്ല ഫലപ്രാപ്തി നൽകുന്നതാണെന്ന് കണ്ടെത്തിയിട്ടുണ്ട്.

ഇതോടൊപ്പം തന്നെ മദ്യത്തിനെതിരെ സമൂഹത്തിൽ അവബോധം ജനിപ്പിക്കുന്നതിനായി പൊതുജനാരോഗ്യപരിപാടികൾ സംഘടിപ്പിക്കുക

എന്നതും ചികിത്സയുടെ ഭാഗമാണ്. ലഹരിശീലം ഏറ്റവും വേഗം പ്രചരിക്കുന്നതും കൂടുതൽ അപകടങ്ങൾ വാരി വിതയ്ക്കുന്നതും വിദ്യാർഥികൾക്കിടയിലാണ്. അതുകൊണ്ടുതന്നെ ബോധവൽക്കരണം തുടങ്ങുന്നത് സ്കൂൾ തലം മുതൽക്കു തന്നെ വേണം.

**ശ്രദ്ധിക്കുക:** മദ്യത്തിന്റെ ഉപയോഗം ചികിത്സിച്ചു മാറ്റാവുന്ന ഒരു രോഗാവസ്ഥയാണ്. ഫലപ്രദമായ ചികിത്സ ലഭ്യമാണ്.

# 13

## ഒപിയോയിഡ് വിഭാഗത്തിൽപ്പെട്ട ലഹരിമരുന്നുകൾ കഴിക്കുന്നതുകൊണ്ടുള്ള പ്രശ്നങ്ങൾ (കറുപ്പും കറുപ്പുൽപ്പന്നങ്ങളും)

**പ**പ്പാവർ സോമ്നിഫെറം എന്ന ചെടിയിൽനിന്നാണ് ഈ വിഭാഗത്തിൽപ്പെട്ട മരുന്നുകളുടെ ഉത്ഭവം. മോർഫിൻ, കൊഡീൻ തുടങ്ങിയ പ്രകൃതിദത്തമായ ലഹരിവസ്തുക്കൾക്കു പുറമേ കൃത്രിമമായി തയാർ ചെയ്യുന്ന ഹിറോയ്ൻ, ബ്രൗൺഷുഗർ തുടങ്ങിയ വസ്തുക്കളും ഈ വിഭാഗത്തിൽപെടുന്നു. പല ചുമമരുന്നുകളിലും കൊഡീൻ അടങ്ങിയിട്ടുള്ളതിനാൽ പലപ്പോഴും ഇത്തരം മരുന്നുകൾ കഴിച്ചുതുടങ്ങുന്ന വ്യക്തികൾ ഈ മരുന്നിന് അടിമപ്പെട്ടുപോകുന്നു. പലപ്പോഴും ഭക്ഷണത്തിന്റെ കൂടെ കഴിക്കുകയോ, കുത്തിവയ്ക്കുകയോ, പുകവലിക്കുകയോ, മൂക്കിലൂടെ ആവി ശ്വസിക്കുകയോ ഒക്കെയാണ് ഈ മരുന്നുകൾ ഉപയോഗിക്കാൻ ആളുകൾ തെരഞ്ഞെടുക്കുന്ന മാർഗം. ഒപിയോയിഡ് ലഹരിവസ്തുക്കൾ കുത്തിവെക്കുന്നവരിൽ എച്ച് ഐ വി/എയ്ഡ്സ്, ഹെപ്പറ്റൈറ്റിസ് സി, മറ്റു രോഗാണുബാധകൾ എന്നിവ ഉണ്ടാകാനുള്ള സാധ്യത കൂടുതലാണ്.

പപ്പാവർ സോമ്നിഫെറം

### ഒപിയോയിഡ് മരുന്നുകളുടെ അതിലഹരിയുടെ ലക്ഷണങ്ങൾ

- ശ്വാസതടസ്സം.
- ബോധതലത്തിൽ മാന്ദ്യത.
- മനസിൽ അവ്യക്തമായ ഒരു സ്വപ്നാവസ്ഥ.
- കാരണമില്ലാതെയുള്ള സന്തോഷം.
- ചുറ്റുമുള്ള സംഭവങ്ങളിൽ താൽപ്പര്യമില്ലായ്മ.

### ഒപിയോയിഡ് മരുന്നുകൾ നിർത്തുമ്പോഴുള്ള വിത്ത്ഡ്രാവൽ ലക്ഷണങ്ങൾ

ഒപിയോയിഡ് മരുന്നുകൾ കഴിച്ച് 8–12 മണിക്കൂറുകൾക്കുള്ളിൽ തുടങ്ങുന്ന ലക്ഷണങ്ങൾ നാലു ദിവസം മുതൽ രണ്ട് ആഴ്ചകൾവരെ നീണ്ടുനിൽക്കാം.

1. അസ്വസ്ഥത.
2. ഓക്കാനം, ഛർദി.
3. കണ്ണിൽനിന്നും മൂക്കിൽനിന്നും വെള്ളം വരിക.
4. കോട്ടുവാ വിടുക.
5. ശരീരമാസകലം രോമാഞ്ചമുണ്ടാവുക.
6. വിയർപ്പ്.
7. വയറിളക്കം.
8. വെപ്രാളം.
9. ഉറക്കമില്ലായ്മ

### ചികിത്സ

ഓപിയോയിഡ് മരുന്നുകൾ ദുരുപയോഗപ്പെടുത്തുന്ന പ്രവണത മരണം ഉൾപ്പെടെയുള്ള പ്രത്യാഘാതങ്ങൾ വിളിച്ചുവരുത്തുന്ന ഗുരുതരമായ ഒരു രോഗാവസ്ഥയാണ്. അതുകൊണ്ടുതന്നെ അടിയന്തിര ചികിത്സ ലഭ്യമാക്കേണ്ടത് ആവശ്യമാണ്. പലപ്പോഴും ആശുപത്രിയിൽ കിടന്നുള്ള ചികിത്സയിലൂടെയും പിന്നീടുള്ള തുടർചികിത്സാ പദ്ധതിയിലൂടെയും ഒപിയോയിഡ് ലഹരിമരുന്നുകളിൽനിന്നും മോചനം നേടാൻ സാധിക്കും. കൂടുതൽ വിവരങ്ങൾക്കായി മെഡിക്കൽ കോളേജുകളിലെ മനോരോഗചികിത്സാവിഭാഗവുമായോ മാനസികാരോഗ്യകേന്ദ്രങ്ങളുമായോ ബന്ധപ്പെടാവുന്നതാണ്.

# 14

# കഞ്ചാവിന്റെ ദുരുപയോഗംകൊണ്ടുള്ള ദൂഷ്യഫലങ്ങൾ

**ക**ന്നാബിസ് സറ്റൈവ എന്ന കുറ്റിച്ചെടിയിൽനിന്നാണ് കഞ്ചാവ് ഉൽപ്പാദിപ്പിക്കുന്നത്. സിഗരറ്റിൽ നിറച്ചും, ഭാംഗ്, ചരസ്സ് എന്നീ രൂപങ്ങളിലും വട, ഓംലറ്റ് തുടങ്ങിയ ഭക്ഷണപദാർഥങ്ങളിൽ ചേർത്തും കഞ്ചാവ് ഉപയോഗിക്കാറുണ്ട്.

### കഞ്ചാവിന്റെ അതിലഹരിയുടെ ലക്ഷണങ്ങൾ

- സമയക്ലിപ്തത നഷ്ടപ്പെടുക.
- തനിക്കോ ചുറ്റുമുള്ള വസ്തുക്കൾക്കോ മാറ്റം സംഭവിച്ചതായി തോന്നുക.
- സന്തോഷം, സന്ദർഭത്തിനു യോജിച്ചതല്ലാത്ത ചിരി.
- ഓർമക്കുറവ്.
- സ്ഥിതി-സ്ഥല-കാല-ബോധമില്ലായ്മ.
- വാഹനങ്ങൾ ഓടിക്കുമ്പോഴും കണക്കുകൂട്ടുമ്പോഴുമുള്ള ആശയക്കുഴപ്പം.
- തീരുമാനങ്ങൾ എടുക്കാനുള്ള കഴിവില്ലായ്മ.
- ആശയക്കുഴപ്പം.
- ഡെലിറിയം.

### കഞ്ചാവ് നിർത്തുമ്പോഴുള്ള വിത്ത്ഡ്രാവൽ ലക്ഷണങ്ങൾ

കഞ്ചാവ് ഉപയോഗിക്കുന്നത് നിർത്തുമ്പോൾ വിത്ത്ഡ്രാവൽ ലക്ഷണങ്ങൾ വിരളമാണ്. ആകാംക്ഷ, വെപ്രാളം, ഉറക്കമില്ലായ്മ എന്നീ ലക്ഷണങ്ങളാണ് പലപ്പോഴും കാണുക.

### കഞ്ചാവ് ഉപയോഗിക്കുന്നതുകൊണ്ടുണ്ടാകുന്ന മാനസികപ്രശ്നങ്ങൾ

താഴെപ്പറയുന്ന മാനസികപ്രശ്നങ്ങൾ അല്ലെങ്കിൽ മനോരോഗങ്ങൾ കഞ്ചാവ് ഉപയോഗിക്കുന്നവരിൽ കൂടുതലായി കണ്ടുവരാറുണ്ട്.

1. സൈക്കോസിസ് എന്ന യാഥാർഥ്യവുമായി ബന്ധമില്ലാത്ത മനോരോഗാവസ്ഥ.
2. ആകാംക്ഷാവസ്ഥ.
3. അമോട്ടിവേഷൻ സിൻഡ്രോം - ഉന്മേഷമില്ലായ്മ, വിഷാദാവസ്ഥ, ചുറ്റുപാടുകളിലൊന്നിലും ഒരു താൽപ്പര്യമില്ലായ്മ എന്നിവയൊക്കെയാണ് ഈ അവസ്ഥയിൽ കാണുക.
4. ഫ്ളാഷ്ബാക്ക് - കഞ്ചാവ് ഉപയോഗിക്കാതിരിക്കുന്ന അവസ്ഥയിൽ പണ്ട് ഉപയോഗിച്ചിരുന്ന കാലത്തനുഭവിച്ചിരുന്ന പല ലക്ഷണങ്ങളും അനുഭവത്തിൽ വരിക.

# 15

# പുകവലികൊണ്ടുള്ള ദൂഷ്യഫലങ്ങൾ

**പു**കവലി ആരോഗ്യത്തിനു ഹാനികരമാണെന്ന പരസ്യം കാണാത്തവരായി ആരുംതന്നെ കാണുമെന്നു തോന്നുന്നില്ല. തൊഴിൽരഹിതരിലും വിദ്യാഭ്യാസനിലവാരം കുറഞ്ഞവരിലുമാണ് പുകയില ഉൽപ്പന്നങ്ങളുടെ ഉപയോഗം കൂടുതലായി കണ്ടുവരുന്നതെന്ന് കണക്കുകൾ കാണിക്കുന്നു. കാർബൺ മോണോക്സൈഡ്, അമോണിയ, ഹൈഡ്രജൻ സൈനൈഡ്, സൾഫർ, ടാർ, നിക്കോട്ടിൻ എന്നിങ്ങനെ ഒട്ടേറെ വിഷവസ്തുക്കളാണ് പുകയിലയിൽ അടങ്ങിയിരിക്കുന്നത്. ഒരു സിഗരറ്റ് സാധാരണഗതിയിൽ ഒരു മില്ലി ഗ്രാം നിക്കോട്ടിനാണ് നമ്മുടെ ശരീരത്തിലേക്കു നൽകുന്നത്. പലപ്പോഴും ആകാംക്ഷ, വിഷാദം തുടങ്ങിയ ലഘു മനോരോഗങ്ങളാകും പുകവലിക്കു പിന്നിൽ എന്നും പഠനങ്ങൾ ചൂണ്ടിക്കാണിക്കുന്നു.

### പുകയിലയുടെ അതിലഹരിയുടെ ലക്ഷണങ്ങൾ

ആകാംക്ഷ, ഓക്കാനം, ഛർദി, വയറിളക്കം, ക്ഷീണം, തലചുറ്റൽ എന്നിവയാണ് പുകയില ഉൽപ്പന്നങ്ങൾ അമിതമായി ഉപയോഗിക്കുമ്പോഴുള്ള ലക്ഷണങ്ങൾ.

### പുകവലി നിർത്തുമ്പോഴുള്ള വിത്ത്ഡ്രാവൽ ലക്ഷണങ്ങൾ

1. വീണ്ടും പുക വലിക്കണമെന്ന തീവ്രമായ ആസക്തി.
2. ദേഷ്യം, ആകാംക്ഷ
3. ശ്രദ്ധക്കുറവ്.

4. കൂടുതൽ വിശപ്പ്.
5. ഹൃദയമിടിപ്പ് കുറയൽ.

## പുകവലി കൊണ്ടുള്ള ശാരീരിക പ്രശ്നങ്ങൾ

1. പെട്ടെന്ന് വാർധക്യ ലക്ഷണങ്ങൾ പ്രകടമാവുക.
2. തൊലിപ്പുറത്തെ ക്യാൻസർ.
3. കാറ്ററാക്ട്.
4. വായിലെ ക്യാൻസർ.
5. ശ്വാസകോശത്തിലെ ക്യാൻസർ, അണുബാധ.
6. ഹൃദ്രോഗം, രക്തക്കുഴലുകളുടെ അടഞ്ഞുപോകൽ.
7. അന്നനാളത്തിലെ വിവിധ ക്യാൻസറുകൾ.
8. മൂത്രനാളത്തിലെ വിവിധ തരം ക്യാൻസറുകൾ, വൃക്കരോഗങ്ങൾ.
9. പക്ഷാഘാതം.
10. പിന്നെയും ഒട്ടേറെ രോഗങ്ങളുണ്ട് പുകവലി മൂലമുണ്ടാകുന്നതായി.

## പുകവലി മാറ്റാനാകുമോ?

പുകവലി നിർത്തണമെന്ന് ഉറച്ച താൽപ്പര്യമുള്ള ഒരു വ്യക്തിക്ക് ചികിത്സയിലൂടെ പുകവലി മാറ്റാനാകും. സൈക്കോതെറാപ്പികളും ചില ബിഹേവിയറൽ ചികിത്സാരീതികളും ചികിത്സയിൽ സഹായിക്കും. ഒരു പരിധിവരെ ആത്മധൈര്യം സൃഷ്ടിക്കാനും പുകയില ഉൽപ്പന്നങ്ങളോടുള്ള ആസക്തി കുറയ്ക്കുവാനും ഔഷധങ്ങളും സഹായിച്ചേക്കാം. ഒരു മനോരോഗചികിത്സകന്റെ സേവനം ഇക്കാര്യത്തിൽ വളരെയേറെ സഹായകമാകും.

ശ്രദ്ധിക്കുക, പുകവലി ആരോഗ്യത്തിന് ഹാനികരമാണ്. പുകവലി ചികിത്സിച്ചു മാറ്റുവാനായി ഒരു മനോരോഗചികിത്സാവിദഗ്ധന്റെ സേവനം വളരെയേറെ സഹായിക്കും.

# 16

# സ്കിസോഫ്രീനിയ
## (Schizophrenia)

**സൈ**ക്കോട്ടിക് വിഭാഗത്തിൽപ്പെട്ട രോഗാവസ്ഥകളിൽ ഏറ്റവും പ്രധാനപ്പെട്ടതാണ് സ്കിസോഫ്രീനിയ. വ്യത്യസ്തകാരണങ്ങളുള്ള, വ്യത്യസ്തലക്ഷണങ്ങളുള്ള, വ്യത്യസ്ത ചികിത്സകൾ വേണ്ട, വ്യത്യസ്തമായ രീതിയിൽ രോഗവിമുക്തി കാണിക്കുന്ന ഒരു കൂട്ടം രോഗങ്ങളാണ് സ്കിസോഫ്രീനിയ എന്ന വിഭാഗത്തിൽപ്പെടുത്തിയിരിക്കുന്നത്. മനോരോഗാശുപത്രിയിൽ പ്രവേശിപ്പിക്കപ്പെടുന്ന രോഗികളിൽ 50 ശതമാനത്തോളംപേരും സ്കിസോഫ്രീനിയ രോഗം ബാധിച്ചവരാണ്. പൊതുസമൂഹത്തിൽ 100 പേരിൽ ഒരാൾക്ക് സ്കിസോഫ്രീനിയ ഉണ്ടെന്നാണ് കണക്ക്.

സാധാരണയായി 15നും 30നും ഇടയിലുള്ള പ്രായത്തിലാണ് ഈ രോഗത്തിന്റെ ആരംഭം. എന്നാൽ കുട്ടികളും വൃദ്ധന്മാരുമുൾപ്പെടെയുള്ള ഏതു പ്രായക്കാരിലും സ്കിസോഫ്രീനിയ രോഗം ഉണ്ടാകാം.

സ്കിസോഫ്രീനിയ രോഗി സാധാരണയായി കാണിക്കുന്ന രോഗലക്ഷണങ്ങൾ ഇനിപ്പറയുന്നവയാണ്:

1. **പോസിറ്റീവ് ലക്ഷണങ്ങൾ**

- ഡെല്യൂഷനുകൾ – വിചിത്രങ്ങളും അസംഭവ്യങ്ങളുമായ മിഥ്യാവിശ്വാസങ്ങളാണ് സാധാരണയായി സ്കിസോഫ്രീനിയ രോഗിയിൽ കാണുക. മറ്റുള്ളവർ തങ്ങളുടെ ചിന്തകൾ പിടിച്ചെടുക്കുന്നു എന്നും തങ്ങളുടെ മസ്തിഷ്കത്തിൽ ചിന്തകൾ നിക്ഷേപിക്കുന്നു എന്നുമുള്ള തോന്നലുകൾ, തങ്ങളുടെ ചിന്തകൾ റേഡിയോവിലൂടെയും ടെലിവിഷനിലൂടെയും പ്രക്ഷേപണം ചെയ്യപ്പെടുന്നു എന്നുമുള്ള

തോന്നലുകൾ, തന്റെ ചിന്തകളും വികാരങ്ങളും പ്രവൃത്തികളും പുറത്തുനിന്നുള്ള ശക്തികൾ നിയന്ത്രിക്കുന്നതായുള്ള തോന്നലുകൾ എന്നിവ.

- ഹാല്യൂസിനേഷനുകൾ – രണ്ടോ അതിലധികമോ ആളുകൾ തന്നെപ്പറ്റി സംസാരിക്കുന്നു എന്നും, രോഗിയുടെ ചിന്തകളെയും പ്രവൃത്തികളെയും പറ്റി ദൃക്സാക്ഷി വിവരണം നടത്തുന്നു എന്നുമുള്ള തോന്നൽ.
- പരസ്പരബന്ധമില്ലാത്തതും അർഥമില്ലാത്തതുമായ സംസാരം.
- വിചിത്രങ്ങളായ ചലനങ്ങൾ അല്ലെങ്കിൽ ഏറെ സമയം ചലനങ്ങളില്ലാതെ സ്തംഭിച്ചിരിക്കൽ.

2. **നെഗറ്റീവ് ലക്ഷണങ്ങൾ**

- സമൂഹത്തിൽനിന്നുള്ള പിൻവാങ്ങലും ഒതുങ്ങിക്കൂടലും ഉദാസീനത, കാര്യങ്ങൾ ചെയ്യാനുള്ള ഉന്മേഷമില്ലായ്മ, വികാരശൂന്യത, ചിന്തകളിലും ആശയവിനിമയത്തിലുമുള്ള മാന്ദ്യത.

3. **ചിന്തയിലെ പ്രത്യേകതകൾ**

- ആശയങ്ങളോ വാചകങ്ങളോ തമ്മിൽ പൊരുത്തപ്പെടാതെ വരിക, രോഗിയുടെ സംസാരം നമുക്ക് മനസിലാകാതെ വരിക തുടങ്ങിയ കാര്യങ്ങൾ.

4. വൈകാരികലക്ഷണങ്ങൾ – അമിതമായ വിഷാദം.
5. ഉൽക്കണ്ഠാലക്ഷണങ്ങൾ.

**ഓർക്കുക**

സ്കിസോഫ്രീനിയ ഒരു പാരമ്പര്യരോഗമല്ല. ശരിയായ ചികിത്സയിലൂടെ സ്കിസോഫ്രീനിയ രോഗികൾക്ക് വളരെയധികം സമാശ്വാസം നൽകാൻ കഴിയും.

**ശ്രദ്ധിക്കുക**

മസ്തിഷ്കത്തിലെ ചില രാസവസ്തുക്കളുടെയും ചില ഭാഗങ്ങളുടെയും ഏറ്റക്കുറച്ചിലും പ്രവർത്തനവൈകല്യങ്ങളുമാണ് സ്കിസോഫ്രീനിയ രോഗത്തിനു കാരണം. ശരിയായ ചികിത്സയിലൂടെ സ്കിസോഫ്രീനിയ രോഗികൾക്ക് വളരെയധികം സമാശ്വാസം നൽകാൻ കഴിയും.

ഈ ലക്ഷണങ്ങൾ എല്ലാംതന്നെ ഒരു സ്കിസോഫ്രീനിയ രോഗിയിൽ കണ്ടു എന്നു വരില്ല. ഏത് ലക്ഷണങ്ങളാണ് കാണുക എന്നതിനനുസരിച്ച് സ്കിസോഫ്രീനിയയെ പല തരങ്ങളായി തരംതിരിച്ചിട്ടുണ്ട്.

1. പാരനോയ്ഡ് സ്കിസോഫ്രീനിയ – സംശയങ്ങളും മിഥ്യാശ്രവണങ്ങളുമാണ് ഈ രോഗത്തിന്റെ പ്രധാന ലക്ഷണങ്ങൾ. ചികിത്സയി

ലൂടെ താരതമ്യേന നല്ല മാറ്റം ലഭിക്കുന്നവയാണ് ഈ ലക്ഷണങ്ങൾ.

2. ഹെബിഫ്രിനിക് സ്കിസോഫ്രീനിയ – നെഗറ്റീവ് ലക്ഷണങ്ങളാണ് ഈ വിഭാഗത്തിന്റെ പ്രധാന പ്രത്യേകത. ചികിത്സയിലൂടെ മാറ്റം കുറച്ചുകൂടി ബുദ്ധിമുട്ടുള്ളതാണ്. പാരനോയ്ഡ് സ്കിസോഫ്രീനിയയെക്കാൾ നേരത്തേയാണ് ഹെബിഫ്രിനിയയുടെ ലക്ഷണങ്ങൾ കണ്ടു തുടങ്ങുക.

3. കാറ്റടോണിക് സ്കിസോഫ്രീനിയ – രോഗി ഏറെ നേരം അനങ്ങാതെ നിൽക്കുക, കൈയും കാലുമൊക്കെ വളരെ പ്രത്യേകതയുള്ള വിധത്തിൽ ചലിക്കാതെ വെച്ചുകൊണ്ടിരിക്കുക (Posturing), ചികിത്സകന്റെ അതേ വാചകങ്ങളും പ്രവൃത്തികളും അനുകരിക്കുക (Echolalia, Echopraxia), ഒട്ടുംതന്നെ സംസാരിക്കാതിരിക്കുക അല്ലെങ്കിൽ സംസാരം ഒന്നോ രണ്ടോ വാക്കുകളിൽ ഒതുക്കുക (Mutism), പറയുന്നതൊന്നും അനുസരിക്കാതിരിക്കുക (Negativism), ചിന്തിക്കാതെ നമ്മൾ പറയുന്നതെല്ലാം അതേപടി അനുസരിക്കുക, (Command Automatism) കൈക്കും കാലിനും അതിയായ ബലം കാണിക്കുക (Rigidity) എന്നീ ലക്ഷണങ്ങൾ കാണിക്കും. ഇ സി റ്റി (Electro convulsive Therapy) അഥവാ ഷോക്കു ചികിത്സയിലൂടെ ഇത്തരം ലക്ഷണങ്ങൾക്ക് നല്ല മാറ്റം ലഭിക്കും.

4. അൺഡിഫറൻഷിയേറ്റഡ് സ്കിസോഫ്രീനിയ – ഈ അവസ്ഥയിൽ രോഗി മുകളിൽ പറഞ്ഞതിലെ ഒന്നിൽ കൂടുതൽ വിഭാഗത്തിന്റെ ലക്ഷണം കാണിക്കുകയോ അല്ലെങ്കിൽ ഒന്നിന്റെയും ലക്ഷണങ്ങൾ പൂർണമായി കാണിക്കാതിരിക്കുകയോ ചെയ്യും.

**ഓർക്കുക**

സ്കിസോഫ്രീനിയ ചികിത്സിച്ചു മാറ്റാവുന്ന ഒരു രോഗാവസ്ഥയാണ്. ഫലപ്രദമായ ചികിത്സ ലഭ്യമാണ്.

**ശ്രദ്ധിക്കുക**

മരുന്നുകൾ സ്കിസോഫ്രീനിയ ചികിത്സയുടെ ഒരു ഭാഗം മാത്രമാണ്. മരുന്നുകൾക്കൊപ്പംതന്നെ രോഗിക്ക് സമൂഹവുമായി ഇഴുകിച്ചേരാനുള്ള പരിശീലനവും അത്യാവശ്യമാണ്.

# 17

# സൈക്കോട്ടിക് വിഭാഗത്തിലെ മറ്റു പ്രധാനരോഗങ്ങൾ

### മിഥ്യാവിശ്വാസ രോഗങ്ങൾ (Delusional Disorders)

**മി**ഥ്യാവിശ്വാസങ്ങളെപ്പറ്റി മുൻപു പറഞ്ഞുവല്ലോ. ഏറെനാൾ നീണ്ടുനിൽക്കുന്ന അസാധ്യവും അസംഭാവ്യവുമല്ലാത്ത മിഥ്യാവിശ്വാസങ്ങളാണ് ഈ രോഗത്തിന്റെ ലക്ഷണം. ശരീരത്തിൽനിന്നും വൃത്തികെട്ട നാറ്റം ഉണ്ടാവുന്നതായി തോന്നുക, ശരീരഭാഗങ്ങൾ നേരെ പ്രവൃത്തിക്കുന്നില്ലെന്നോ ആകൃതിഭംഗം വന്നതാണെന്നോ ഉള്ള തോന്നൽ, ശരീരത്തിൽ ചെറിയ കൃമികളോ മറ്റു ജീവികളോ ചർമത്തിനടിയിൽക്കൂടി ഇഴയുന്നതായോ ശരീരത്തിനുള്ളിൽ വസിക്കുന്നതായോ ഉള്ള തോന്നൽ, ശത്രുക്കൾ തങ്ങളെ ഭക്ഷണത്തിൽ വിഷം ചേർത്തോ അല്ലെങ്കിൽ മറ്റേതെങ്കിലും രീതിയിൽ കൂടിയോ അപായപ്പെടുത്താനോ തങ്ങളുടെ നീക്കങ്ങൾ അറിയാൻ ശ്രമിക്കുന്നതായോ ഉള്ള തോന്നൽ, മറ്റുള്ളവർക്കുള്ളതിൽ കൂടുതൽ സൗന്ദര്യമോ, ശക്തിയോ, സമ്പത്തോ മറ്റു കഴിവുകളോ തങ്ങൾക്കുള്ളതായി തോന്നുക, ദൈവമോ മറ്റേതെങ്കിലും ശക്തിയോ തങ്ങളെ ഒരു പ്രത്യേക ദൗത്യത്തിനായി നിയോഗിച്ചിട്ടുള്ളതായി തോന്നുക തന്റെ ജീവിത പങ്കാളിക്ക് പര പുരുഷ-സ്ത്രീ ബന്ധമുള്ളതായുള്ള തോന്നൽ, സാമൂഹ്യ സാമ്പത്തികകാര്യങ്ങളിൽ തങ്ങളെക്കാൾ ഉയർന്നുനിൽക്കുന്ന ഒരു വ്യക്തിക്ക് തന്നോട് ഇഷ്ടമാണെന്ന തോന്നൽ തുടങ്ങിയ മിഥ്യാധാരണകളൊക്കെ രോഗികളിൽ സർവസാധാരണയാണ്. ഒരേ രോഗിയിൽ തന്നെ ഒന്നോ ഒന്നിലേറെയോ മിഥ്യാവിശ്വാസങ്ങൾ കണ്ടെന്നു വരാം. മദ്യപാനികൾക്ക് പലപ്പോഴും സ്വന്തം ഭാര്യമാരെ അവിശ്വസിക്കുന്ന മിഥ്യാവിശ്വാസങ്ങൾ (Delusion of infidelity) കണ്ടുവരാറു

ണ്ട്. ഇതിനെ ഒഥല്ലോ സിൻഡ്രോം (Othello Syndrome) അഥവാ പത്തോളജിക്കൽ ജലസി (Pathological Jealousy) എന്നു വിളിക്കുന്നു.

## പ്രലോഭിത മിഥ്യാവിശ്വാസ രോഗങ്ങൾ (Induced Delusional Disorders)

സാമാന്യത്തിലധികം പരസ്പരബന്ധമുള്ള രണ്ടോ രണ്ടിൽ കൂടുതലോ വ്യക്തികൾ തമ്മിൽ ഒരു മിഥ്യാവിശ്വാസം പങ്കുവെക്കുന്ന അവസ്ഥയാണിത്. പലപ്പോഴും ആദ്യം മിഥ്യാവിശ്വാസമുള്ള വ്യക്തിക്ക് സ്കിസോഫ്രീനിയയോ അല്ലെങ്കിൽ മിഥ്യാവിശ്വാസരോഗമോ ഉണ്ടായിരിക്കും. ഈ വ്യക്തികളെ പരസ്പരം മാറ്റി താമസിപ്പിച്ചാൽ രണ്ടാമത്തെ വ്യക്തിയുടെ രോഗം അപ്രത്യക്ഷമാകും.

## മറ്റു സൈക്കോട്ടിക് രോഗങ്ങൾ

പെട്ടെന്നു തുടങ്ങുകയും പെട്ടെന്നു തന്നെ മാറുകയും ചെയ്യുന്ന ചില സൈക്കോട്ടിക് രോഗങ്ങളുണ്ട്. അവയെ അക്യൂട്ട് ആന്റ് ട്രാൻസിയന്റ് സൈക്കോട്ടിക് ഡിസോർഡർ എന്നു പറയുന്നു. സ്കിസോഫ്രീനിയ രോഗത്തിന്റെ ലക്ഷണങ്ങളോടുകൂടിയോ അല്ലെങ്കിൽ അവയില്ലാതെയോ ഈ രോഗം പ്രകടമാകാം.

സ്കിസോഫ്രീനിയയുടെയും വൈകാരികരോഗങ്ങളുടെയും ലക്ഷണങ്ങൾ ഒരുമിച്ചു കാണുന്ന രോഗാവസ്ഥയെ സ്കിസോ-അഫക്ടീവ് ഡിസോർഡർ എന്നു പറയുന്നു.

# 18

# വൈകാരികരോഗങ്ങൾ
## (Mood Disorders)

**ഒ**രു വ്യക്തിയുടെ സ്ഥായിയായ അടിസ്ഥാന മനോഭാവത്തെയാണ് മൂഡ് (Mood) എന്നു പറയുന്നത്. ദൈനംദിന ജീവിതത്തിൽ സന്തോഷം, സങ്കടം, ദേഷ്യം തുടങ്ങിയ വികാരങ്ങൾ നമുക്കുണ്ടാകാറുണ്ടല്ലോ. ചില പ്പോഴൊക്കെ അതിതീവ്രമായ വൈകാരിക വ്യതിയാനങ്ങൾ സംഭവിക്കാം. സാധാരണ മൂഡ് മാറ്റങ്ങളിൽനിന്നും തീവ്രതയിലും കാലദൈർഘ്യ ത്തിലും വേറിട്ടതായിരിക്കും വൈകാരികരോഗങ്ങളിൽ കാണുന്ന മൂഡ് മാറ്റങ്ങൾ. മൂഡ് വളരെ താഴുമ്പോൾ അതിനെ ഡിപ്രഷൻ എന്നും വളരെ ഉയരുമ്പോൾ അതിനെ മാനിയ എന്നും വിളിക്കുന്നു. പൊതുസമൂഹത്തിൽ 100ൽ മൂന്ന് മുതൽ അഞ്ചു പേർക്കുവരെ വൈകാരികരോഗങ്ങൾ കാണാ റുള്ളതായി കണക്കാക്കപ്പെടുന്നു.

### വിഷാദരോഗങ്ങൾ (Depressive Disorders)

അതിസാധാരണമായ ഒരു രോഗാവസ്ഥയാണ് വിഷാദരോഗം അഥവാ ഡിപ്രഷൻ. സ്കിസോഫ്രീനിയയെക്കാൾ ഏകദേശം പത്തിരട്ടി ആളുകളെ വിഷാദരോഗം ബാധിക്കുന്നു എന്നാണ് കണക്ക്. പുരുഷന്മാ രിൽ 10 ശതമാനം പേർക്കും സ്ത്രീകളിൽ 20 ശതമാനം പേർക്കും ജീവിത ത്തിൽ ഒരിക്കലെങ്കിലും വിഷാദരോഗമുണ്ടാകാൻ സാധ്യതയുണ്ട്. മറ്റു മാനസികരോഗങ്ങളെ അപേക്ഷിച്ച് വിഷാദരോഗമുള്ള വ്യക്തിക്ക് ആത്മ ഹത്യാപ്രവണത കൂടുതലായിരിക്കും.

വിഷാദരോഗത്തിന്റെ പ്രധാന രോഗലക്ഷണങ്ങൾ ഇനിപ്പറയുന്നവ യാണ്:

1. നീണ്ടുനിൽക്കുന്ന വിഷാദാത്മകമായ മാനസികാവസ്ഥ.

2. ഒന്നിലും സന്തോഷമില്ലായ്മ, താൽപ്പര്യക്കുറവ്.
3. ഉന്മേഷമില്ലായ്മ, ഒരു പ്രവർത്തനത്തിലും താൽപ്പര്യമില്ലായ്മ.
4. ഉറക്കത്തിനുണ്ടാകുന്ന തകരാറുകൾ – സാധാരണയായി ഉറക്കക്കുറവ്, ചിലപ്പോൾ ഉറക്കക്കൂടുതൽ.
5. വിശപ്പിലുണ്ടാവുന്ന മാറ്റങ്ങൾ – സാധാരണയായി ഭക്ഷണം കഴിക്കുന്നതിനുള്ള താൽപ്പര്യക്കുറവ്, ഭാരക്കുറവ്. ചിലപ്പോൾ അമിതഭക്ഷണം.
6. ശാരീരികമായ വേദനകളും മറ്റ് അസ്വസ്ഥതകളും.
7. കുറ്റബോധം, നിരാശ, ആത്മവിശ്വാസമില്ലായ്മ.
8. ശ്രദ്ധക്കുറവ്, മറവി.
9. ആത്മഹത്യാപ്രവണത.

പല രോഗികളിലും ഒരിക്കൽ മാത്രമേ വിഷാദാവസ്ഥ ഉണ്ടാകുകയുള്ളൂ. എന്നാൽ ചിലരിൽ വിഷാദാവസ്ഥ ആവർത്തിച്ച് ഉണ്ടാകാം. ഇതിനെ റെക്കറന്റ് ഡിപ്രസീവ് ഡിസോർഡർ എന്നു പറയുന്നു. മറ്റു ചില രോഗികളിൽ വിഷാദാവസ്ഥ വിട്ടുമാറാതെ വർഷങ്ങളോളം നീണ്ടു നിൽക്കുന്നു. ഇതിനെ ഡിസ്തൈമിയ എന്നു വിളിക്കുന്നു.

വിഷാദരോഗികളിൽ ഭൂരിഭാഗം പേരും ചികിത്സയ്ക്കായി ഡോക്ടർമാരെ സമീപിക്കാറില്ല. സമീപിക്കുന്നവരിൽത്തന്നെ 80 ശതമാനം പേരെയും കുടുംബഡോക്ടർമാർ വിഷാദരോഗികളായി തിരിച്ചറിയുന്നില്ല. എന്നാൽ തികച്ചും ആശ്വാസകരമായ വസ്തുത ചികിത്സകൊണ്ട് 80 ശതമാനം രോഗികളുടെയും രോഗത്തിന് കാര്യമായ ശമനമുണ്ടാകും എന്നതാണ്.

## മാനിയ (Mania)

ഉയർന്ന വൈകാരികാവസ്ഥ, അമിതമായ ആവേശം, അമിതവേഗത, ഉറക്കത്തിന്റെ ആവശ്യക്കുറവ് എന്നിവയാണ് മാനിയയുടെ പ്രധാന ലക്ഷണങ്ങൾ. മറ്റു ലക്ഷണങ്ങൾ ഇനിപ്പറയുന്നവയാണ്:

1. അമിതവേഗതയിലുള്ള പ്രവൃത്തികളും ചലനങ്ങളും.
2. ഉറക്കത്തിന്റെ ആവശ്യം വളരെ കുറവ്.
3. ശ്രദ്ധ പെട്ടെന്ന് ഒന്നിൽനിന്ന് മറ്റൊന്നിലേക്ക് മാറി മാറി പോകുന്നു.
4. അമിതവേഗതയിലുള്ള സംസാരം.
5. തന്റെ കഴിവുകളെക്കുറിച്ച് അമിതമായ ആത്മവിശ്വാസം.
6. അമിതമായ ദേഷ്യവും അസഹിഷ്ണുതയും.
7. ധാരാളം പണം ചെലവാക്കാനുള്ള പ്രവണത.
8. വികാരങ്ങളിലുള്ള നിയന്ത്രണം വിട്ടുപോകുന്നു. ചില രോഗികൾ ഈ ഘട്ടത്തിൽ മദ്യപാനത്തിലേക്കു തിരിയുകയും മറ്റുചില രോഗി

കൾ ലൈംഗികമായ ചൂഷണങ്ങളിലേക്കു തിരിയുകയോ പരസ്ത്രീ-പുരുഷബന്ധത്തിൽപ്പെടുകയോ ചെയ്യും.

## ബൈപോളാർ മൂഡ് ഡിസോർഡർ (Bipolar Mood Disorder)

ഡിപ്രഷനും മാനിയയും മാറി മാറി വരുന്ന രോഗാവസ്ഥയ്ക്കാണ് ബൈപോളാർ മൂഡ് ഡിസോർഡർ എന്നു പറയുന്നത്. മാനിയ മാത്രം ആവർത്തിച്ചു വരികയാണെങ്കിലും അതിന് ബൈപോളാർ മൂഡ് ഡിസോർഡർ എന്നാണു പറയുക. ഈ രോഗമുള്ള വ്യക്തി ഡിപ്രഷൻ വരുന്ന സന്ദർഭങ്ങളിൽ ആത്മഹത്യാപ്രവണത കാണിക്കാനുള്ള സാധ്യത ഏറെയാണ്. ആവർത്തിച്ച് രോഗം വരുന്ന വ്യക്തികൾ ചികിത്സിക്കപ്പെടുന്നില്ലെങ്കിൽ ആവർത്തനങ്ങൾക്കിടയിലുള്ള കാലദൈർഘ്യം കുറഞ്ഞുവരുന്നു.

### ശ്രദ്ധിക്കുക

മൂഡ് ഡിസോർഡറുകൾ ചികിത്സിച്ചു മാറ്റാവുന്ന രോഗങ്ങളാണ്. ഫലപ്രദമായ ചികിത്സ ലഭ്യമാണ്.

# 19

# ന്യൂറോട്ടിക് രോഗങ്ങളും ബന്ധപ്പെട്ട മാനസികത്തകരാറുകളും

**ന്യൂ**റോസിസ് എന്നറിയപ്പെടുന്ന മനോരോഗസമുച്ചയത്തിലെ രോഗങ്ങൾക്ക് സൈക്കോസിസ് രോഗങ്ങളിൽ എന്നതുപോലെ യാഥാർഥ്യബോധം നഷ്ടപ്പെടുന്നില്ല. പലപ്പോഴും മറ്റു വ്യക്തികളുമായും സമൂഹവുമായും യോജിച്ചുപോകുന്നതിനുള്ള ബുദ്ധിമുട്ടിന്റെ പ്രകടനമാണ് ന്യൂറോട്ടിക് രോഗങ്ങൾ. ഡെല്യൂഷനുകൾ ഹാല്യൂസിനേഷനുകൾ തുടങ്ങിയ മറ്റു സൈക്കോട്ടിക് രോഗലക്ഷണങ്ങളൊന്നും തന്നെ രോഗി പ്രകടിപ്പിക്കുകയുമില്ല.

ആകാംക്ഷാരോഗങ്ങൾ, ഒബ്സസീവ് കംപൽസീവ് രോഗങ്ങൾ, കൺവേർഷൻ രോഗം, സംഘർഷജന്യരോഗങ്ങൾ, സോമാറ്റോഫോം ഡിസോർഡർ എന്നിവയാണ് പ്രധാനപ്പെട്ട ന്യൂറോട്ടിക് രോഗങ്ങൾ.

## ആകാംക്ഷാരോഗങ്ങൾ (Anxiety Disorders)

നമുക്കെല്ലാം പലപ്പോഴും തോന്നാറുള്ള ഒരു അനുഭവമാണല്ലോ ആകാംക്ഷ. ജോലിസ്ഥലത്തും വീട്ടിലും സ്കൂളിലുമൊക്കെ നേരിടേണ്ടി വരുന്ന സംഘർഷാവസ്ഥകൾ സൃഷ്ടിക്കുന്ന ആകാംക്ഷ നമുക്ക് സുപരിചിതമാണല്ലോ. അസ്ഥാനത്തും, അകാരണമായും ചിലപ്പോൾ കാരണങ്ങളെക്കാളുപരിയായി അമിതമായ ആകാംക്ഷ, അപ്രതീക്ഷിതമായി വരിക എന്നതാണ് ഈ വിഭാഗത്തിലെ രോഗങ്ങളുടെ പ്രത്യേകത. വളരെ നേരത്തേ കണ്ടുപിടിക്കുകയും ചികിത്സിച്ചു മാറ്റാനാവുകയും ചെയ്യുന്ന രോഗങ്ങളാണിവ. എങ്കിലും പലപ്പോഴും മനഃശക്തിയില്ലായ്മയും ലോലമനസുമൊക്കെയാണ് ഇത്തരം അസ്വസ്ഥതകളുണ്ടാക്കുക എന്നാണ് ധരിക്കപ്പെടുക. മാനസികരോഗങ്ങൾക്ക് അയിത്തം കൽപ്പിച്ചിട്ടുള്ളതിനാൽ

പലപ്പോഴും പ്രാർഥന, അമ്പലങ്ങളിലെ വഴിപാടുകൾ തുടങ്ങിയ കാര്യങ്ങളിലൂടെ ഇത് മാറ്റാനാണ് നാം ശ്രമിക്കുക.

ആകാംക്ഷാരോഗമുള്ള വ്യക്തികൾ പ്രത്യേകിച്ച് കാര്യകാരണങ്ങളൊന്നുമില്ലാതെ അതിതീവ്രമായ ഭയപ്പാടും അസ്വസ്ഥതയും പ്രകടിപ്പിക്കുന്നവരായിരിക്കും. കുടുംബാംഗങ്ങളുമായും മറ്റു സുഹൃത്തുക്കളുമായും ഉള്ള ബന്ധത്തിനുവരെ ഇത് കോട്ടം സംഭവിപ്പിക്കും.

ഏറ്റവും കൂടുതൽ കണ്ടുവരുന്ന മാനസികരോഗങ്ങളിൽ പ്രധാനപ്പെട്ടതാണ് ആകാംക്ഷാരോഗങ്ങൾ. പത്തുപേരിൽ ഒരാൾക്ക് ആകാംക്ഷാരോഗമുണ്ടെന്നാണ് കണക്കുകൾ പറയുന്നത്. കുട്ടികളിലും മുതിർന്നവരിലും ഈ രോഗാവസ്ഥകൾ കണ്ടുവരാറുണ്ട്. പുരുഷന്മാരെയപേക്ഷിച്ച് സ്ത്രീകൾക്കാണ് ആകാംക്ഷാരോഗം കൂടുതലായി കണ്ടുവരുന്നത്.

### എന്താണ് ആകാംക്ഷാരോഗങ്ങൾ?

നമ്മുടെ ചിന്തകളെയും വികാരങ്ങളെയും പ്രവൃത്തികളെയും ബാധിക്കുന്ന ഒരുകൂട്ടം മാനസികരോഗങ്ങളാണ് ആകാംക്ഷാരോഗങ്ങൾ. പലപ്പോഴും ഇവ ശാരീരികാരോഗ്യത്തെയും പ്രതികൂലമായി ബാധിക്കുന്നു. യഥാർഥകാരണങ്ങൾ കൃത്യമായിട്ടറിയില്ലെങ്കിലും മറ്റു രോഗങ്ങളിലെന്നപോലെ, ജൈവപരവും സാമൂഹ്യപരവും മനഃശാസ്ത്രപരവുമായ ഘടകങ്ങൾ ഈ രോഗാവസ്ഥയിലേക്കു നയിക്കുന്നു എന്നു കണ്ടെത്തപ്പെട്ടിട്ടുണ്ട്. പലപ്പോഴും വിഷാദരോഗം ആകാംക്ഷാരോഗത്തോടൊപ്പം തന്നെ ഒരേ വ്യക്തിയിൽ കണ്ടുവരാറുണ്ട്. അമിതാകാംക്ഷയിൽനിന്നും രക്ഷപ്പെടാൻ വേണ്ടിയോ അത് മറയ്ക്കാൻ വേണ്ടിയോ വ്യക്തികൾ പുകവലിയിലേക്കോ മദ്യപാനത്തിലേക്കോ തിരിയാറുമുണ്ട്.

### എന്തൊക്കെയാണ് ആകാംക്ഷാരോഗങ്ങൾ?

### പാനിക് രോഗം (Panic Disorder)

മുന്നറിയിപ്പില്ലാതെ വിട്ടുവിട്ടു വരുന്ന ഉൾക്കിടുക്കത്തോടുകൂടിയ അമിതമായ ആകാംക്ഷയാണ് ഈ രോഗത്തിന്റെ പ്രധാന ലക്ഷണം. ഇതോടൊപ്പംതന്നെ നെഞ്ചുവേദന, തലകറക്കം, നെഞ്ചിടിപ്പ്, ശ്വാസം വിടാനുള്ള ബുദ്ധിമുട്ട്, വയറുവേദനയും വയറിലുള്ള മറ്റു ബുദ്ധിമുട്ടും പെട്ടെന്നു മരിച്ചുപോകുമെന്നും അല്ലെങ്കിൽ ഇപ്പോൾ ഭ്രാന്തുപിടിക്കുമെന്നുമൊക്കെയുള്ള ബുദ്ധിമുട്ടുകളും ചിന്തകളും രോഗി പ്രകടിപ്പിക്കും.

### ഫോബിയ (Phobia)

യുക്ത്യനുസാരിയല്ലാത്ത ഭീതിയാണ് ഫോബിയയുടെ മുഖ്യലക്ഷണം. അതുകൊണ്ട് ചെയ്തുതീർക്കേണ്ട പല ജോലികളും രോഗി വേണ്ടെന്നു വെക്കുകയും പോകേണ്ട പല സ്ഥലങ്ങളിലും പോകാതെ ഒഴിവുകഴിവു കണ്ടെത്തുകയും ചെയ്യുന്നു. തുറന്ന സ്ഥലങ്ങളിൽ പോകാ

നുള്ള ഭീതിയെ അഗോറാഫോബിയ എന്നു വിളിക്കുന്നു. സാമൂഹ്യമായ ചടങ്ങുകളിലും സന്ദർഭങ്ങളിലും പോകുമ്പോൾ ഉണ്ടാകുന്ന ഭീതിയെ സോഷ്യൽ ഫോബിയ എന്നു വിളിക്കുന്നു. പൊതുസ്ഥലങ്ങളിൽ പ്രത്യേകിച്ച് വീക്ഷിക്കപ്പെടുമെന്നോ അല്ലെങ്കിൽ വിമർശിക്കപ്പെടുമെന്നോ അതുമല്ലെങ്കിൽ ശരിയല്ലാത്ത എന്തെങ്കിലും കാര്യം തങ്ങൾ മറ്റുള്ളവരുടെ മുന്നിൽ ചെയ്തുപോകുമെന്നോ ഉള്ള ഭീതിയാണ് ഇക്കൂട്ടരുടെ പ്രശ്നം. പ്രത്യേക വസ്തുക്കളോടോ സന്ദർഭങ്ങളോടോ ഉള്ള ഭീതിയെ സ്പെസിഫിക് ഫോബിയ എന്നും വിളിക്കുന്നു. ഉയർന്ന സ്ഥലങ്ങൾ, അടച്ചിട്ട മുറിയിൽ ഒറ്റയ്ക്കാവുക, തുറസായ സ്ഥലങ്ങൾ, രക്തം, ഇൻജക്ഷൻ, എട്ടുകാലി, അപരിചിതർ, മൃഗങ്ങൾ തുടങ്ങിയവയെയായിരിക്കും രോഗിക്ക് പേടി. ഇത്തരം സന്ദർഭങ്ങളെയും വസ്തുക്കളെയും നേരിടേണ്ടിവരുന്ന സന്ദർഭങ്ങളിൽ രോഗിക്ക് അതിതീവ്രമായ ആകാംക്ഷ ഉണ്ടാവുകയും പാനിക് അനുഭവപ്പെടുകയും ചെയ്യുന്നു. അതേ സമയം തന്നെ രോഗിക്ക് തങ്ങളുടെ ഭയം പ്രത്യേക കാരണങ്ങളില്ലാത്തതാണെന്ന് അറിയുകയും ചെയ്യും.

### പ്രധാനപ്പെട്ട ചില ഫോബിയകൾ

| | | |
|---|---|---|
| Acrophobia | അക്രോഫോബിയ | ഉയരത്തിനോടുള്ള ഭയം |
| Algophobia | അൽഗോഫോബിയ | വേദനയോടുള്ള ഭയം |
| Claustrophobia | ക്ലോസ്ട്രോഫോബിയ | അടച്ചിട്ട സ്ഥലങ്ങളോടുള്ള ഭയം |
| Hydrophobia | ഹൈഡ്രോഫോബിയ | ജലത്തിനോടുള്ള ഭയം |
| Monophobia | മോണോഫോബിയ | തനിയെയിരിക്കാനുള്ള ഭയം |
| Mysophobia | മൈസോഫോബിയ | രോഗാണുക്കളെയും രോഗാണുബാധയോടുമുള്ള ഭയം |
| Nyctophobia | നിക്ടോഫോബിയ | ഇരുട്ടിനോടുള്ള ഭയം |
| Ochlophobia | ഒക്ലോഫോബിയ | ആൾക്കൂട്ടത്തിനോടുള്ള ഭയം |
| Pathophobia | പത്തോഫോബിയ | രോഗങ്ങളോടുള്ള ഭയം |
| Pyrophobia | പൈറോഫോബിയ | തീയോടുള്ള ഭയം |
| Zoophobia | സുഫോബിയ | മൃഗങ്ങളോടുള്ള ഭയം |

### ഒബ്സസീവ് കംപൽസീവ് രോഗാവസ്ഥ (Obsessive Compulsive Disorder)

ഒരു വ്യക്തിയുടെ ഇംഗിതത്തിനു വിപരീതമായി ആവർത്തിച്ച് സ്ഥിരമായി ചിന്തകളും ആശയങ്ങളും പ്രതിബിംബങ്ങളും അയാളുടെ മനസിലേക്ക് ഇടിച്ചുതള്ളിക്കയറുന്ന അവസ്ഥയാണ് ഒബ്സഷൻ. നിസ്സാരമെന്നോ വിഡ്ഢിത്തമെന്നോ ആ വ്യക്തിക്കു തന്നെ തിരിച്ചറിയാനാവു

മെന്നതിനാൽ അയാൾ പലപ്പോഴും വിഫലമായി ഈ ചിന്തകളെ എതിർത്തു തോൽപ്പിക്കാൻ ശ്രമിക്കും. ഇത് കൂടുതൽ ആകാംക്ഷ ജനിപ്പിക്കുന്നു.

ഒബ്സഷൻ മൂലമുള്ള ആകാംക്ഷ കുറയ്ക്കുന്നതിനുവേണ്ടി ആവർത്തിച്ചു ചെയ്യുന്ന അനുഷ്ഠാനക്രമങ്ങളെയാണ് കംപൽഷനുകൾ എന്നു വിളിക്കുന്നത്. ഒബ്സഷനുകൾപോലെ തന്നെ ഇവയും രോഗി യുക്തിരഹിതങ്ങളെന്നു തിരിച്ചറിയും. എങ്കിലും സാമാന്യത്തിലധികം അസ്വസ്ഥതയും പ്രവൃത്തിവിഘ്നാതവും ഇവ മൂലമുണ്ടാകുന്നു.

ഒബ്സഷനുകളും കംപൽഷനുകളും ഒരുമിച്ചുണ്ടാകുന്ന ഒരു രോഗാവസ്ഥയാണ് ഒബ്സസീവ് കംപൽസീവ് രോഗാവസ്ഥ അഥവാ ഒ സി ഡി.

## ജനറലൈസ്ഡ് ആങ്ക്സൈറ്റി ഡിസോർഡർ (Generalized Anxiety Disorder)

എന്തിനും ഏതിനും എപ്പോഴും ആകാംക്ഷ തോന്നുക എന്നതാണ് ജനറലൈസ്ഡ് ആങ്ക്സൈറ്റി ഡിസോർഡർ എന്ന രോഗത്തിന്റെ ലക്ഷണം. ജീവിതത്തിലെ ദൈനംദിന കൃത്യങ്ങളിലോരോന്നിനെയുംപറ്റി രോഗിക്ക് ആകാംക്ഷയായിരിക്കും. ജനറലൈസ്ഡ് ആങ്ക്സൈറ്റി ഡിസോർഡറിന്റെ പ്രധാന ലക്ഷണങ്ങൾ താഴെപ്പറയുന്നവയാണ്:

- ശരീരത്തിൽ അവിടവിടെയായി പേശികൾ തുടിക്കുക, നടുവേദന, നെഞ്ചിൽ ഇറുക്കെ പിടിച്ചിരിക്കുന്ന പ്രതീതി, കാലിലും കൈയിലും ചിലപ്പോൾ ശരീരമാകെയും പെരുപെരുപ്പ്, ടെൻഷൻ മൂലമുള്ള തലവേദന, വിറയൽ.
- മനസും ശരീരവും അയച്ചിടാനുള്ള കഴിവില്ലായ്മ, വിയർപ്പ്, അമിതമായ ഹൃദയമിടിപ്പ്, ശ്വാസഗതിയിൽ വർധനവ്, തലചുറ്റൽ, ചുണ്ടും വായും ഉണങ്ങുക.
- അമിതമായ ക്ഷീണവും തളർച്ചയും.
- ഭാവിയെക്കുറിച്ചുള്ള വേവലാതി.
- കാര്യങ്ങളിൽ ശ്രദ്ധിക്കുവാനുള്ള കഴിവില്ലായ്മ.
- എപ്പോഴും വെപ്രാളം.

## ഡിസോസിയേറ്റീവ് കൺവേർഷൻ ഡിസോർഡർ (Dissociative Conversion Disorder)

ഓർമ, ബോധം തുടങ്ങിയ മനസിന്റെ വിവിധ തലങ്ങൾ തമ്മിലുള്ള ബന്ധത്തിലുണ്ടാകുന്ന ശൈഥില്യമാണ് ഡിസോസിയേറ്റീവ് ഡിസോർഡറുകളുടെ അടിസ്ഥാനം. ഈ വിഭാഗത്തിൽപ്പെടുന്ന രോഗങ്ങളെ ആകെച്ചേർത്ത് ഹിസ്റ്റീരിയ എന്നായിരുന്നു മുൻപ് വിളിച്ചിരുന്നത്. ബോധമനസിലേക്ക് കൊണ്ടുവരാൻ പറ്റാത്ത ചില ക്ഷതങ്ങൾ ഉപബോധമനസിൽ കെട്ടിക്കിടക്കുകയോ അവ മൂലമുള്ള സംഘർഷാവസ്ഥ രോഗിക്ക് താങ്ങാനാവാതെയോ വരുമ്പോൾ ഈ ക്ഷതങ്ങൾ ശാരീരികലക്ഷണങ്ങളായി

പ്രത്യക്ഷപ്പെടാം. വൈകാരികമായ അസ്വസ്ഥതയുണ്ടാക്കുന്ന ചില സംഭവങ്ങൾ ഓർക്കാൻ കഴിയാതെ വരിക (Dissociative Amnesia), അതിയായ സംഘർഷാവസ്ഥ സൃഷ്ടിക്കുന്ന ചില കാര്യങ്ങൾ വിവരിക്കാൻ സംസാരശേഷിയില്ലാതെ വരിക, കൈകാലുകളുടെ ചലനശേഷി നഷ്ടപ്പെടുക, കാഴ്ചയില്ലാതാവുക എന്നിവയൊക്കെ ഇത്തരം രോഗങ്ങളുടെ ചില ഉദാഹരണങ്ങൾ മാത്രം. ചിലപ്പോൾ അപ്രതീക്ഷിതമായി ഇവർ വീട്ടിൽനിന്നോ ജോലിസ്ഥലത്തുനിന്നോ വളരെ ദൂരെയുള്ള സ്ഥലങ്ങളിലേക്ക് യാത്ര ചെയ്യുകയും മറ്റൊരു സ്ഥലത്ത് തങ്ങൾ എത്തിച്ചേർന്നതെങ്ങനെയെന്ന് ആശ്ചര്യം കൂറുകയും ചെയ്യും. ഈ അവസ്ഥയെ ഡിസോസിയേറ്റീവ് ഫ്യൂഗ് (Dissociative Fugue) എന്നു പറയുന്നു. അമിതസംഘർഷം കാരണം ചിലപ്പോൾ ഇത്തരം രോഗികൾ അപസ്മാര ലക്ഷണങ്ങളും കാട്ടിയേക്കാം (Dissociative convulsions). പലപ്പോഴും ഇത്തരം രോഗികൾ ബാധയുപദ്രവത്തിന്റേതായ ലക്ഷണങ്ങളും കാണിച്ചേക്കാം. ഇതിനെ ഡിസോസിയേറ്റീവ് ട്രാൻസ് ആന്റ് പൊസഷൻ ഡിസോർഡർ (Dissociative Trance and Possession Disorder) എന്നു പറയുന്നു. ചിലപ്പോളാകട്ടെ രോഗിയിൽ ഒന്നിലേറെ വ്യക്തിത്വങ്ങൾ ഒരുമിച്ച് പല സമയങ്ങളിലായി നിലനിൽക്കുന്നതായി തോന്നാം. ഈ അവസ്ഥയെ മൾട്ടിപ്പിൾ പേഴ്സണാലിറ്റി ഡിസോർഡർ (Multiple Personality Disorder) എന്നു പറയുന്നു.

ഇത്തരം രോഗലക്ഷണങ്ങൾ കാണുന്നതുകൊണ്ടു മാത്രം ഒരു വ്യക്തിക്ക് ഡിസോസിയേറ്റീവ് ഡിസോർഡർ എന്ന് രോഗനിർണയം ചെയ്യാനുമാവില്ല. വൈകാരികരോഗങ്ങൾ, സ്കിസോഫ്രീനിയ, ചിലതരം വ്യക്തിത്വവൈകല്യങ്ങൾ, ചിലതരം ശാരീരികരോഗങ്ങൾ തുടങ്ങിയ ഒട്ടേറെ അവസ്ഥകൾ ഡിസോസിയേറ്റീവ് ഡിസോർഡറിന്റെ ലക്ഷണങ്ങളുമായി പ്രത്യക്ഷപ്പെടാം.

മുൻകാലങ്ങളിൽ അമിതമായ അല്ലെങ്കിൽ അടങ്ങാത്ത ലൈംഗികാസക്തികൊണ്ടോ ഗർഭപാത്രത്തിനുണ്ടാകുന്ന സ്ഥാനചലനങ്ങൾകൊണ്ടോ ആണ് ഈ അവസ്ഥ ഉണ്ടാകുന്നതെന്നാണ് വിശ്വസിച്ചിരുന്നത്. എന്നാൽ ആധുനിക മനോരോഗചികിത്സകർ മസ്തിഷ്കത്തിന്റെ പ്രവർത്തന വ്യത്യാസമാണ് ഈ രോഗത്തിന് കാരണമെന്ന് കണ്ടെത്തിയിട്ടുണ്ട്.

## സൊമാറ്റോഫോം ഡിസോർഡർ (Somatoform Disorder)

പല രോഗികൾക്കും തങ്ങളുടെ മാനസിക സംഘർഷങ്ങൾ നന്നായി മനസിലാക്കുവാനോ അത് വ്യക്തമായി വിവരിക്കുവാനോ കഴിയുകയില്ല. പലപ്പോഴും ഇത്തരം രോഗികൾ ശാരീരികരോഗലക്ഷണങ്ങളുമായി തുടരെത്തുടരെ മാറി മാറി ഡോക്ടർമാരെ കണ്ടുകൊണ്ടിരിക്കും. പലപ്പോഴും വിശദമായ പരിശോധനയ്ക്കുശേഷവും ഡോക്ടർമാർക്ക് ശാരീരികമായി ഒരു കുഴപ്പവും കണ്ടുപിടിക്കുവാൻ സാധിച്ചുവെന്നു വരില്ല. പലപ്പോഴും രോഗി വിലയേറിയ പല പരിശോധനകൾക്കും വിധേയനാവുകയും

എന്നിട്ടും രോഗമൊന്നും കണ്ടുപിടിക്കാനാവാത്തത് ഡോക്ടർമാരുടെ കഴിവില്ലായ്മയാണെന്ന് വാദിക്കുകയും ചെയ്യും. അവ്യക്തങ്ങളായ രോഗലക്ഷണങ്ങളുള്ള ഇവർ എന്നെങ്കിലും ഏതെങ്കിലുമൊരു പരിശോധന തങ്ങളുടെ രോഗം കണ്ടുപിടിക്കുമെന്നും ഏതെങ്കിലുമൊരു ചികിത്സ തങ്ങളുടെ രോഗത്തിന് ശമനം നൽകുമെന്നും വ്യാമോഹിക്കുന്നു.

## ഹൈപ്പോക്കോണ്ഡ്രിയാസിസ് (Hypochondriasis)

തനിക്ക് എന്തെങ്കിലും ഗുരുതരമായ രോഗം പിടിപെടുമെന്നുള്ള അമിതഭയമോ, തനിക്ക് എന്തെങ്കിലും ഹൃദ്രോഗമോ എയ്ഡ്സോ പോലെയുള്ള എന്തെങ്കിലും രോഗമോ ഉണ്ടെന്നുള്ള ചിന്തയോ ആണ് ഈ രോഗാവസ്ഥയുടെ ലക്ഷണം. ശാരീരികമായ ചില ലഘു ലക്ഷണങ്ങളെ രോഗി പലപ്പോഴും അതിഗുരുതരമായ രോഗലക്ഷണമെന്നു തെറ്റിദ്ധരിക്കുന്നതുകൊണ്ടാണ് പലപ്പോഴും ഇപ്രകാരം സംഭവിക്കുന്നത്. വിഷാദരോഗം, സ്കിസോഫ്രീനിയ തുടങ്ങിയ മറ്റുപല രോഗങ്ങളുടെ ലക്ഷണമായും ഹൈപ്പോക്കോണ്ഡ്രിയാസിസ് ലക്ഷണം പ്രത്യക്ഷപ്പെടാം.

## അക്യൂട്ട് സ്ട്രെസ്സ് ഡിസോർഡർ (Acute Stress Disorder)

അതിതീവ്രമായുള്ള ശാരീരികമോ മാനസികമോ ആയ സംഘർഷാവസ്ഥകളെത്തുടർന്നുണ്ടാകുന്ന ഒരവസ്ഥയാണിത്. പലപ്പോഴും വിഷാദം, ആകാംക്ഷ, ദേഷ്യം, അമിതമായ വൈകാരികത തുടങ്ങിയ പല ലക്ഷണങ്ങളും ഇത്തരം ആളുകളിൽ കാണാം. എന്നാൽ സംഘർഷാവസ്ഥ മാറിയതിനുശേഷം ഉടൻതന്നെയോ അല്ലെങ്കിൽ സംഘർഷ സാഹചര്യങ്ങൾ നീണ്ടുനിൽക്കുന്നതാണെങ്കിൽ 2-3 ദിവസത്തിനകമോ ഈ ലക്ഷണങ്ങൾക്ക് ശമനമുണ്ടാകും.

## അഡ്ജസ്റ്റ്മെന്റ് ഡിസോർഡറുകൾ (Adjustment Disorders)

നീണ്ടുനിൽക്കുന്ന അസ്വാസ്ഥ്യജനകമായ സംഭവങ്ങളെത്തുടർന്ന് വ്യക്തികൾക്കുണ്ടാകുന്ന മാനസികപ്രശ്നമാണിത്. പലപ്പോഴും വിഷാദരോഗത്തിന്റെയോ ആകാംക്ഷാരോഗത്തിന്റെയോ അല്ലെങ്കിൽ രണ്ടും കൂടിയ ലക്ഷണങ്ങളുമായോ ഈ രോഗാവസ്ഥ ഉണ്ടാകാം.

## പോസ്റ്റ് ട്രോമാറ്റിക് സ്ട്രസ്സ് ഡിസോർഡർ (Post Traumatic Stress Disorder)

സുനാമിയോ ഭൂമികുലുക്കമോ പോലുള്ള പ്രകൃതിശക്തികളുടെ ഭീകരതാണ്ഡവം മൂലമോ അല്ലെങ്കിൽ ബലാത്സംഗമോ ലൈംഗിക പീഡനം പോലെയോ ഉള്ള അതിഭീതിദമായ അനുഭവങ്ങൾ നേരിടുന്നവർക്കോ ഉണ്ടാകുന്ന അവസ്ഥയാണ് പി ടി എസ് ഡി അഥവാ പോസ്റ്റ് ട്രോമാറ്റിക് സ്ട്രെസ്സ് ഡിസോർഡർ. മുൻപ് അത്യാഹിതം സംഭവിച്ച സമ

യത്തുണ്ടായതുപോലുള്ള അനുഭവങ്ങൾ ആവർത്തിച്ച് ഉണ്ടാവുക, അപ്പോൾ മുൻപുണ്ടായ എല്ലാ അനുഭവങ്ങളും രോഗിയിൽ തിരികെ പ്രത്യക്ഷപ്പെടുക, ദു:സ്വപ്നങ്ങൾ കാണുക, വിഷാദാവസ്ഥ, കോപം, എല്ലാറ്റിൽ നിന്നുമുള്ള പിൻവലിയൽ, മരവിപ്പ്, ഭീതി, ഉറക്കമില്ലായ്മ എന്നിവയൊക്കെയാണ് ഈ രോഗത്തിന്റെ മറ്റു ലക്ഷണങ്ങൾ.

**ശ്രദ്ധിക്കുക**

ആകാംക്ഷാ രോഗങ്ങൾ ചികിത്സിച്ചു മാറ്റാവുന്ന രോഗങ്ങളാണ്. ഫലപ്രദമായ ചികിത്സ ലഭ്യമാണ്.

# 20

# ഭക്ഷണക്രമവുമായി ബന്ധപ്പെട്ട രോഗങ്ങൾ (Eating Disorders)

**അ**നോറെക്സിയ നെർവോസ, ബുളിമിയ നെർവോസ തുടങ്ങിയവയാണ് ഈ വിഭാഗത്തിൽപ്പെട്ട പ്രധാന രോഗങ്ങൾ.

## അനോറെക്സിയ നെർവോസ (Anorexia Nervosa)

കൗമാരപ്രായത്തിലുള്ള പെൺകുട്ടികളിലാണ് ഈ രോഗാവസ്ഥ കൂടുതലായി കണ്ടുവരുന്നത്. ശരീരം വണ്ണംവെക്കുന്നതിനെക്കുറിച്ച് അതിയായ ആകാംക്ഷ, മെലിഞ്ഞിരിക്കുമ്പോഴും തന്റെ ശരീരത്തിന് വണ്ണം കൂടുതലാണെന്ന തോന്നൽ, തനിക്ക് ഭാരം കൂടുതലായതിനാൽ ഭാരം കുറയ്ക്കണമെന്നുള്ള തോന്നൽ, മറ്റു ശാരീരിക–മാനസികരോഗങ്ങൾ കാരണമല്ലാതെ ശരീരത്തിന്റെ 25 ശതമാനം ഭാരമെങ്കിലും കുറയുക, പലപ്പോഴും മാസമുറകൾ വരാതാവുക എന്നിവയൊക്കെയാണ് ഈ രോഗത്തിന്റെ ലക്ഷണങ്ങൾ. രോഗി പലപ്പോഴും സ്വന്തം ഭക്ഷണക്കാര്യത്തിൽ അതിയായ നിയന്ത്രണം ഏർപ്പെടുത്തും. ഭക്ഷണം കഴിക്കുന്നതിൽ ചില പ്രത്യേകതകൾ സൃഷ്ടിക്കും. ഉദാഹരണമായി ഭക്ഷണം ചെറിയ ചെറിയ കഷണങ്ങളായി മുറിച്ച് കഴിക്കുക, ഭക്ഷണം ഒളിപ്പിച്ചു വെക്കുക എന്നിങ്ങനെ. താൻ കഴിക്കുകയില്ലെങ്കിലും മറ്റുള്ളവർക്കായി ഈ വ്യക്തികൾ സ്വാദിഷ്ടമായ ഭക്ഷണസാധനങ്ങൾ ഉണ്ടാക്കും. ശരീരം മെലിയിക്കാനായി അമിതമായി വ്യായാമം ചെയ്യുക എന്നത് ഇവരുടെ പതിവാണ്.

പലപ്പോഴും വിഷാദരോഗലക്ഷണങ്ങളും ഒബ്സസീവ് കംപൽസീവ് ലക്ഷണങ്ങളും ഈ വ്യക്തികൾ കാണിക്കും. ലൈംഗികമായ അസ്വസ്ഥതകളും ഇത്തരം ആളുകളിൽ കൂടുതലായിരിക്കും. പലപ്പോഴും ഗർഭിണിയാകുന്നതിനോട് ഇവർക്ക് അമിതമായ ഭയമായിരിക്കും.

ഇത്തരം രോഗലക്ഷണങ്ങളുള്ളവരിൽ ശാരീരികമായ പല രോഗങ്ങളും ഇല്ലെന്ന് ഉറപ്പു വരുത്തേണ്ടതുണ്ട്.

## ബുളിമിയ നെർവോസ (Bulimia Nervosa)

ബുളിമിയ നെർവോസ എന്ന അവസ്ഥയും കൗമാരപ്രായത്തിലും യൗവനാരംഭത്തിലുമാണ് കൂടുതലായി കണ്ടുവരുന്നത്. അനോറെക്സിയ നെർവോസ എന്ന രോഗത്തിലുള്ളതുപോലെ ശരീരത്തിന്റെ കൃത്യമായ അളവറിയുവാൻ ഇവർക്കും ആവില്ല. പലപ്പോഴും ആഹാരസാധനങ്ങളോട് അമിതമായ ആർത്തിയായിരിക്കും ഇക്കൂട്ടർക്ക്. പിന്നീട് ഭക്ഷണം കഴിച്ചുപോയല്ലോ എന്ന കുറ്റബോധംമൂലം ഇവർ മരുന്നുകൾ കഴിച്ചോ, അല്ലെങ്കിൽ കൈ വായിൽ കുത്തിക്കയറ്റിയോ ഛർദിക്കുകയോ, അല്ലെങ്കിൽ വയറിളക്കാനുള്ള മരുന്നുകൾ കഴിക്കുകയോ, പിന്നീട് ഏറെ നാളുകൾ ഭക്ഷണം കഴിക്കാതിരിക്കുകയോ വിശപ്പു കുറയ്ക്കുന്നതിനായുള്ള ഔഷധങ്ങൾ ഉപയോഗിക്കുകയോ ചെയ്യും.

## മനോജന്യമായ ഛർദി (Psychogenic Vomiting)

അനോറെക്സിയ നെർവോസ, ബുളിമിയ നെർവോസ, സൊമാറ്റൈസേഷൻ ഡിസോർഡർ, മാലിങ്ങറിങ്, ഡിസോസിയേറ്റീവ് ഡിസോർഡർ തുടങ്ങിയ രോഗാവസ്ഥകളിൽനിന്നും വേറിട്ടറിയേണ്ടതും എന്നാൽ വളരെ സാധാരണമായതുമായ ഒരു രോഗലക്ഷണമാണ് മനോജന്യമായ ഛർദി. ഭക്ഷണം കഴിച്ചുതുടങ്ങിയ ഉടനെയോ അല്ലെങ്കിൽ ഭക്ഷണം കഴിച്ചു തീർന്ന ഉടനെയോ ഉണ്ടാകുന്ന ആവർത്തിച്ചുള്ള ഛർദിയാണ് ഈ രോഗത്തിന്റെ പ്രധാന ലക്ഷണം. പലപ്പോഴും ഈ രോഗികൾ ഛർദിക്കു മുമ്പ് ഓക്കാനമോ പുളിച്ചുതികട്ടലോ അനുഭവപ്പെടുന്നതായി പറയാറില്ല. കഴിച്ച ഭക്ഷണം അതേപോലെ തിരിച്ചുവരുന്നു എന്നാണ് ഇക്കൂട്ടർ പറയാറ്.

# 21

## മനോരോഗങ്ങളും ശാരീരികരോഗങ്ങളും

**മ**നസിന് ശരീരത്തിന്റെ കർമങ്ങളെ സ്വാധീനിക്കാൻ കഴിയുമെന്ന് പണ്ടുകാലം മുതൽക്കു തന്നെ ശാസ്ത്രജ്ഞർ മനസിലാക്കിയിരുന്നു. ഭയമുണ്ടാകുമ്പോൾ നെഞ്ചിടിപ്പു വർധിക്കുന്നതും ശരീരം വിയർക്കുന്നതും ശ്വാസഗതി വർധിക്കുന്നതും തലചുറ്റലുണ്ടാകുന്നതും ആകാംക്ഷയുണ്ടാകുമ്പോൾ ഇടവിട്ട് മൂത്രമൊഴിക്കണമെന്ന തോന്നലുണ്ടാകുന്നതുമെല്ലാം ഈ വിശ്വാസത്തിന് ബലം പകരുന്ന തിരിച്ചറിവുകളായിരുന്നു. ശരീരവും മനസും വ്യത്യസ്തങ്ങളായ വസ്തുക്കളാണെന്നും ഒന്നിന് മറ്റൊന്നുമായി ബന്ധമില്ലെന്നുമുള്ള സിദ്ധാന്തങ്ങളും ഇടയ്ക്ക് ഉയർന്നുവന്നുവെങ്കിലും അവ കാലക്രമേണ പിന്തള്ളപ്പെട്ടു. ഫ്രാൻസ് അലക്സാണ്ടർ എന്ന ഡോക്ടറാണ് ആദ്യമായി സൈക്കോസൊമാറ്റിക് രോഗങ്ങൾ എന്ന വാക്കുകൊണ്ട് ശാരീരികരോഗങ്ങളും മാനസികാവസ്ഥകളും തമ്മിലുള്ള ബന്ധത്തെ വിശേഷിപ്പിച്ചത്. രോഗാരംഭത്തിലും രോഗഗതി നിയന്ത്രിക്കുന്നതിലും രോഗശമനത്തിലും ഒക്കെ മനസിന് പ്രധാന പങ്കുണ്ടെന്നു കരുതിയ ഏഴു രോഗങ്ങ

ഫ്രാൻസ് അലക്സാണ്ടർ

ളെയാണ് അദ്ദേഹം സൈക്കോസൊമാറ്റിക് എന്നു വിശേഷിപ്പിച്ചത്. തൈറോയ്ഡ് ഗ്രന്ഥിയുടെ അമിതപ്രവർത്തനം, മറ്റ് അവയവങ്ങളുടെ പ്രവർത്തനം കൊണ്ടല്ലാതെയുണ്ടാകുന്ന അമിതരക്തസമ്മർദം, പെപ്റ്റിക് അൾസർ തുടങ്ങിയ ഏഴു രോഗങ്ങളെയാണ് അദ്ദേഹം 'വിശുദ്ധ രോഗങ്ങൾ' (Holy Diseases) എന്നു വിശേഷിപ്പിച്ചത്. എന്നാൽ ഇന്ന് മിക്കവാറും എല്ലാ രോഗാവസ്ഥകളിലും മനസിന് ഒരു പങ്കുണ്ട് എന്ന കാര്യം ലോകം അംഗീകരിച്ചുകൊണ്ടിരിക്കുകയാണ്.

ഹൃദ്രോഗം, ഹൈപോതൈറോയ്ഡിസം പോലെയുള്ള ചിലതരം എൻഡോക്രൈൻ ഗ്രന്ഥികളുടെ പ്രവർത്തനപ്പിഴവ്, പാർക്കിൻസൺ രോഗം, സ്ട്രോക്ക് അഥവാ പക്ഷാഘാതം, ക്യാൻസർ, നീണ്ടകാലമായുള്ള വേദനകൾ, അപസ്മാരം, നീണ്ടു നിൽക്കുന്ന ക്ഷീണവും പേശീവേദനയും ലക്ഷണമായുള്ള ക്രോണിക് ഫറ്റീഗ് സിൻഡ്രോം, ഫൈബ്രോമയാൾജിയ തുടങ്ങിയ പല രോഗങ്ങളും വിഷാദവും ആകാംക്ഷയും സൈക്കോസിസും ലൈംഗിക തകരാറുകളും ഉറക്കപ്രശ്നങ്ങളും ഉൾപ്പെടെയുള്ള രോഗാവസ്ഥകളിലേക്കു നയിക്കുന്നു എന്നത് ഇന്നൊരു പുതിയ അറിവല്ല. രോഗം കാരണമായുള്ള അവശതയാണോ അതോ രോഗം മസ്തിഷ്കത്തിൽ സൃഷ്ടിക്കുന്ന മാറ്റം മൂലമാണോ വിഷാദരോഗമുണ്ടാകുന്നത് എന്ന കാരണം ഇന്നും ഒരു തർക്കവിഷയമാണ്.

## മനസും അർബുദരോഗവും

ക്യാൻസർ അഥവാ അർബുദം എന്ന പേരു കേട്ടാൽ ഭയപ്പെടാത്തവരായി ആരുമുണ്ടാകുമെന്ന് തോന്നുന്നില്ല. അതോടൊപ്പം ഇടിവെട്ടിയവന്റെ തലയിൽ തേങ്ങ വീഴുന്നതുപോലെ ഒരു മാനസികരോഗവും കൂടിയായാലോ. അങ്ങനെയാർക്കും സംഭവിക്കാതിരിക്കട്ടെ എന്നായിരിക്കും നമ്മുടെയൊക്കെ പ്രാർഥന. എന്നാൽ ക്യാൻസർ രോഗികളിൽ വിഷാദരോഗവും ആകാംക്ഷാരോഗവുമുൾപ്പെടെയുള്ള മാനസികപ്രശ്നങ്ങൾ ഉണ്ടാകാൻ സാധ്യത കൂടുതലാണെന്നാണ് ശാസ്ത്രജ്ഞർ കണ്ടെത്തിക്കൊണ്ടിരിക്കുന്നത്. ഇവ അർബുദരോഗശമനത്തിന് വിഘാതം സൃഷ്ടിക്കുന്നു എന്നും അഭിപ്രായമുണ്ട്.

അർബുദരോഗങ്ങളുടെയും അവയോടൊപ്പമോ അല്ലെങ്കിൽ അവ മൂലമോ ഉണ്ടാകുന്ന മാനസികരോഗങ്ങളുടെയും ചികിത്സ സൈക്കോ-ഓങ്കോളജി എന്നാണറിയപ്പെടുന്നത്. മനോരോഗചികിത്സാവിഭാഗത്തിലും അർബുദരോഗചികിത്സാവിഭാഗത്തിലും അറിവിന്റെ പുതിയ മേഖലകൾ തുറന്നുകൊണ്ട് സൈക്കോ-ഓങ്കോളജി, സൈക്കോ-ന്യൂറോ-ഇമ്യൂണോളജി എന്നീ പുതിയ ശാഖകൾ വികസിച്ചു വരികയാണ്. വസ്തുനിഷ്ഠമായി തെളിയിക്കപ്പെട്ടിട്ടില്ലെങ്കിൽക്കൂടി മാനസികമായ സംഘർഷാവസ്ഥകളും ചില പ്രത്യേകതരം വ്യക്തിത്വ സവിശേഷതകളും അർബുദരോഗത്തിനു വഴിതെളിക്കുന്നു എന്നും ഒരു കൂട്ടം ശാസ്ത്രജ്ഞർ വിശ്വസിക്കുന്നു.

ക്യാൻസർ രോഗികളിൽ 25 ശതമാനത്തോളം പേർക്ക് (അതായത് നാലു രോഗികളിൽ ഒരാൾക്ക്) വിഷാദരോഗമോ ആകാംക്ഷാരോഗമോ കാണാറുണ്ടെന്ന് കണക്കുകൾ സൂചിപ്പിക്കുന്നു. ജീവിത നിലവാരത്തിലും സാമൂഹ്യമായ പിന്തുണയിലുമുള്ള പ്രശ്നങ്ങളെക്കൂടാതെ ആവശ്യത്തിൽ കൂടുതൽ കാലത്തെ ആശുപത്രിവാസം, ചികിത്സ തുടരുവാനുള്ള വിമുഖത, രോഗവുമായും രോഗചികിത്സയുമായും പൊരുത്തപ്പെടാനും സഹകരിക്കുവാനുമുള്ള ബുദ്ധിമുട്ട്, മരണഭയം, ജീവിതത്തിന്റെ ദൈർഘ്യം ചുരുങ്ങൽ തുടങ്ങിയ അവസ്ഥകൾക്ക് ഈ മാനസികപ്രശ്നങ്ങൾ കാരണമാകുന്നു.

വിഷാദരോഗവും ആകാംക്ഷാരോഗവുമുൾപ്പെടെയുള്ള മാനസിക പ്രശ്നങ്ങൾ ചികിത്സിച്ചുമാറ്റുന്നത് ഒരു രോഗിയുടെ ജീവിതനിലവാരം (Quality of Life) ഉയർത്തുമെന്ന് കണ്ടെത്തപ്പെട്ടിട്ടുണ്ട്. ചികിത്സിച്ചു മാറ്റാൻ സാധിക്കുന്ന ഈ രോഗലക്ഷണങ്ങൾ പലപ്പോഴും രോഗിയുടെയും ചിലപ്പോഴെങ്കിലും ചികിത്സകന്റെയും അജ്ഞതകൊണ്ട് ചികിത്സക്കപ്പെടാറില്ല. പലപ്പോഴും ക്യാൻസർ രോഗലക്ഷണങ്ങൾ വിവിധങ്ങളായിരിക്കുമല്ലോ. ക്യാൻസർ രോഗികളിൽ കണ്ടുവരാറുള്ള ക്ഷീണം, ശ്രദ്ധക്കുറവ്, മറവി, ഉറക്കമില്ലായ്മ, വിശപ്പില്ലായ്മ എന്നിവ പലപ്പോഴും ക്യാൻസറിന്റെ സാധാരണ ലക്ഷണങ്ങളായി കണക്കാക്കപ്പെടാറുണ്ട്. മാത്രമല്ല, എല്ലാ ക്യാൻസർ രോഗികളും വിഷാദവാന്മാരായിരിക്കും എന്നും ഇത്തരം ലക്ഷണങ്ങൾ ഒരു ക്യാൻസർ രോഗിയിൽ സാധാരണയായി കാണുന്നതാണെന്നും കാണേണ്ടതാണെന്നുമുള്ള ഒരു തെറ്റിദ്ധാരണയും പലർക്കുമുണ്ട്. പലപ്പോഴും ഇത്തരം തെറ്റിദ്ധാരണകൾ ഡോക്ടർമാർക്കു പോലും ഉള്ളതുകൊണ്ട് ഇവ കണ്ടെത്തപ്പെടാതെ, ചികിത്സിക്കപ്പെടാതെ പോകാറാണു പതിവ്. എന്നാൽ കുടുംബാംഗങ്ങളിൽ ആർക്കെങ്കിലും മനോരോഗങ്ങളുണ്ടായിരിക്കുക, മുമ്പെപ്പോഴെങ്കിലും രോഗിക്കുതന്നെ മനോരോഗലക്ഷണങ്ങൾ പ്രകടമായിട്ടുണ്ടാവുക, സാമ്പത്തികമായ പിന്നോക്കാവസ്ഥ, അടുത്ത കാലത്തുണ്ടായ സംഘർഷാവസ്ഥകൾ, വേദന, കടുത്ത രോഗബാധ എന്നിവ പലപ്പോഴും മനോരോഗസാധ്യത വർധിപ്പിക്കുന്നു. പലപ്പോഴും റേഡിയോതെറാപ്പിയും കീമോതെറാപ്പിയുമുൾപ്പെടുന്ന ചികിത്സകളുടെ പാർശ്വഫലമായും വിഷാദരോഗലക്ഷണങ്ങൾ പ്രത്യക്ഷപ്പെടാം.

അർബുദരോഗികളിൽ പ്രത്യക്ഷമാവുന്ന വിഷാദരോഗലക്ഷണങ്ങൾ സാധാരണ ഭീതിയും വിഷമവും മുതൽ വിഷാദരോഗവും ആകാംക്ഷാലക്ഷണങ്ങളുംവരെ നീണ്ടുനിൽക്കുന്നു. സാധാരണ ഭയവും വിഷമവും കുറഞ്ഞ അളവിലുള്ള രോഗലക്ഷണങ്ങൾ, പ്രതിഫലനാകാംക്ഷ, പ്രതിഫലനവിഷാദം, തീവ്രവിഷാദരോഗം, തീവ്രമായ ആകാംക്ഷാരോഗം എന്നിവയൊക്കെ തിരിച്ചറിയപ്പെടേണ്ടത് അത്യാവശ്യമാണ്. ലഘുവായ വിഷാദവും ആകാംക്ഷയും ഔഷധങ്ങൾ ഇല്ലാതെയുള്ള കൺസിലിങ്

ചികിത്സയിലൂടെ മാറ്റിയെടുക്കാൻ സാധിക്കും. എന്നാൽ തീവ്രമായ മനോരോഗലക്ഷണങ്ങൾക്ക് ഔഷധങ്ങൾ ഉപയോഗിച്ചുള്ള ചികിത്സകൾതന്നെ നൽകുകയാണ് അഭികാമ്യം. വിഷാദരോഗലക്ഷണമുള്ള ക്യാൻസർ രോഗികളിൽ മരണനിരക്ക് കൂടുതലാണെന്നും പഠനങ്ങൾ സാക്ഷ്യപ്പെടുത്തുന്നു.

അർബുദരോഗമുണ്ടാവുന്നതിൽ മാത്രമല്ല അർബുദരോഗശമനത്തിലും വിഷാദരോഗത്തിനു പങ്കുണ്ടെന്ന് വാദിക്കപ്പെടുന്നു. വിഷാദരോഗികളായ സ്ത്രീകളിൽ മുലകളിലെ ക്യാൻസറിന്റെ സാധ്യത കൂടുതലാണെന്ന കണ്ടെത്തലാണ് ഈ രീതിയിലുള്ള പഠനങ്ങൾക്കു വഴിവെച്ചത്. ഈ വിഷയത്തിൽ കൂടുതൽ പഠനങ്ങൾ നടന്നുകൊണ്ടിരിക്കുകയാണ്.

### ഹൃദ്രോഗം

വിഷാദരോഗികളിൽ ഹൃദ്രോഗം മൂലമുള്ള മരണനിരക്കും കൂടുതലാണെന്ന് പഠനങ്ങൾ സൂചിപ്പിക്കുന്നു. വിഷാദരോഗം ഹൃദ്രോഗത്തിനു വഴി തെളിക്കുന്നു എന്നും ഒരിക്കൽ ഹൃദ്രോഗബാധയുണ്ടായ വ്യക്തികൾക്ക് വിഷാദലക്ഷണങ്ങളുണ്ടെങ്കിൽ അവർക്ക് വീണ്ടും ഹൃദയാഘാതമുണ്ടാകുവാൻ സാധ്യതയേറെയാണെന്നതും ഇന്നൊരു പുതിയ അറിവല്ല. പലപ്പോഴും ഹൃദ്രോഗികളിലെ വിഷാദരോഗലക്ഷണങ്ങൾ ചികിത്സിച്ചു മാറ്റുന്നത് ഭാവിയിലെ ഹൃദയാഘാതങ്ങൾ തടയാൻ സഹായിക്കും.

### പക്ഷാഘാതം

മസ്തിഷ്കത്തിൽ രക്തം കട്ടപിടിച്ച് രക്തയോട്ടം കുറയുമ്പോഴോ അല്ലെങ്കിൽ രക്തക്കുഴലുകളിൽനിന്നുള്ള രക്തസ്രാവംകൊണ്ടോ ആണല്ലോ പക്ഷാഘാതം ഉണ്ടാകുന്നത്. മസ്തിഷ്കത്തിന്റെ ഇടതുഭാഗത്തുണ്ടാകുന്ന സ്ട്രോക്ക് വിഷാദരോഗം സൃഷ്ടിക്കുന്നത് കൂടുതൽ സാധാരണയാണ്. യഥാർഥ കാരണം വ്യക്തമല്ലെങ്കിലും വിഷാദരോഗം ഭാവിയിൽ സ്ട്രോക്ക് ഉണ്ടാകാനുള്ള സാധ്യത വർധിപ്പിക്കുമെന്ന് വിദഗ്ധർ അഭിപ്രായപ്പെടുന്നു. വിഷാദരോഗം കൂടാതെ ഡിമെൻഷ്യ, മാനിയ, ആകാംക്ഷ, സൈക്കോസിസ്, അമിതമായ അനിയന്ത്രിതമായ ചിരിയും കരച്ചിലും, പെട്ടെന്നുള്ള വൈകാരികമായ പൊട്ടിത്തെറിക്കൽ എന്നീ രോഗാവസ്ഥകളും പക്ഷാഘാതം ഉണ്ടായ രോഗികളിൽ കണ്ടുവരാറുണ്ട്. ഇവയ്ക്കും നല്ല ഒരു മനോരോഗചികിത്സകനെ കണ്ട് ചികിത്സ തേടുന്നത് നന്നായിരിക്കും.

### പാർക്കിൻസൺ രോഗം

പ്രായമായവരിൽ കണ്ടുവരാറുള്ള വളരെയേറെ പ്രധാനപ്പെട്ട ഒരു ശിരോരോഗമാണ് പാർക്കിൻസൺ രോഗം. ശരീരഭാഗങ്ങൾ ചലിപ്പിക്കു

വാനുള്ള ബുദ്ധിമുട്ട്, ശരീരത്തിന് ആവശ്യത്തിലേറെ ബലംപിടിത്തം, വിറയൽ എന്നിവയാണ് ഈ രോഗത്തിന്റെ പ്രധാനപ്പെട്ട ലക്ഷണങ്ങൾ. എന്നാൽ പലപ്പോഴും ഈ രോഗാവസ്ഥയുമായി ബന്ധപ്പെട്ട് വിഷാദം, ആകാംക്ഷ, സൈക്കോസിസ് തുടങ്ങിയ മനോരോഗലക്ഷണങ്ങൾ കാണാറുണ്ട്. ചില രോഗികളിൽ വിഷാദരോഗം മാത്രമാവും രോഗികളിൽ ആദ്യം കാണുന്ന ലക്ഷണം. സൈക്കോസിസ്, ഡെലിറിയം, ഡിമെൻഷ്യ, ആകാംക്ഷ എന്നീ രോഗാവസ്ഥകളും ഈ രോഗികളിൽ കണ്ടുവരാറുണ്ട്.

പലപ്പോഴും ഇത്തരം രോഗികളിൽ ശാരീരികരോഗാവസ്ഥയും മാനസികരോഗാവസ്ഥയും തമ്മിൽ വേർതിരിച്ചറിയാൻ ഏറെ ബുദ്ധിമുട്ടുണ്ടാവും. വിദഗ്ധനായ ഒരു മനോരോഗചികിത്സകന് ഈ ബുദ്ധിമുട്ട് മനസിലാക്കാനും അവയ്ക്ക് ശമനം നൽകാനും കഴിയും.

**പ്രമേഹം**

ലോകമാകെ സർവസാധാരണമായിക്കൊണ്ടിരിക്കുന്ന ഒരു രോഗമാണ് പ്രമേഹം. പ്രമേഹവും മനോരോഗങ്ങളുമായുള്ള ബന്ധം വളരെ നാളുകൾക്കു മുൻപുതന്നെ ചികിത്സകന്മാരാൽ ശ്രദ്ധിക്കപ്പെട്ടിരുന്നു. അതുകൊണ്ടുകൂടിയാകണം സർ ഹെന്റി മൗഡ്സ്‌ലി പ്രമേഹം മനോരോഗങ്ങളുള്ള കുടുംബങ്ങളിലെ രോഗമാണെന്ന് അഭിപ്രായപ്പെട്ടത്. പ്രമേഹരോഗികളിൽ ചിലതരം മനോരോഗങ്ങൾക്കുള്ള സാധ്യത കൂടുതലാണെന്ന് പഠനങ്ങൾ സാക്ഷ്യപ്പെടുത്തുന്നു. പ്രമേഹരോഗികളിൽ കാണുന്ന പ്രധാനപ്പെട്ട മനോരോഗാവസ്ഥകൾ ഇനി പറയുന്നവയാണ്.

1. രോഗിയുടെ മസ്തിഷ്കത്തിന്റെ പ്രവർത്തനത്തിലുള്ള അപാകതകൾ കൊണ്ടുണ്ടാകുന്ന ചിന്താക്കുഴപ്പങ്ങൾ (Cognitive Dysfunctions).
2. അഡ്ജസ്റ്റ്മെന്റ് ഡിസോർഡറുകൾ (Adjustment Disorders).
3. വിഷാദരോഗം.
4. ബൈപോളാർ രോഗങ്ങൾ.
5. ആകാംക്ഷാരോഗങ്ങൾ.
6. ലൈംഗികപ്രശ്നങ്ങൾ.
7. ഭക്ഷണക്രമവുമായി ബന്ധപ്പെട്ട രോഗാവസ്ഥകൾ.
8. സ്കിസോഫ്രീനിയ, മറ്റു സൈക്കോട്ടിക് രോഗങ്ങൾ.

ഇത്തരം രോഗങ്ങളുള്ള പല പ്രമേഹരോഗികൾക്കും വിദഗ്ധമായ ചികിത്സ നൽകേണ്ടത് ആവശ്യമാണ്. മാനസികാസ്വാസ്ഥ്യംമൂലം രക്തത്തിലെ പഞ്ചസാരയുടെ അളവ് നിയന്ത്രിക്കുന്നതിനുള്ള ബുദ്ധിമുട്ടും രക്തത്തിലെ പഞ്ചസാരയുടെ അളവു നിയന്ത്രിക്കാനുള്ള ബുദ്ധിമുട്ടുമൂലം മനോരോഗങ്ങളും രോഗിയെ ഏറെ ശല്യപ്പെടുത്തും. വിദഗ്ധചികിത്സയിലൂടെ രോഗിയുടെ ബുദ്ധിമുട്ടുകൾ മാറ്റിയെടുക്കാനാകും.

## അപസ്മാരം

അപസ്മാരരോഗികളിൽ വിഷാദരോഗം, സൈക്കോസിസ് രോഗം, ആകാംക്ഷാരോഗം, ചിലതരം വ്യക്തിത്വവ്യതിയാനങ്ങൾ എന്നിവയ്ക്ക് സാധ്യത ഏറെയാണ്. വിദഗ്ധനായ ഒരു മനോരോഗചികിത്സകന്റെ നേതൃത്വത്തിലുള്ള ചികിത്സ രോഗിയെ ഏറെ സഹായിക്കും.

## മസ്തിഷ്കത്തിനേൽക്കുന്ന ആഘാതങ്ങളും മറ്റു രോഗങ്ങളും

അപകടങ്ങളിലൂടെയും മറ്റും മസ്തിഷ്കത്തിനു സംഭവിക്കുന്ന ആഘാതങ്ങൾ, മസ്തിഷ്കത്തിലുണ്ടാകുന്ന ട്യൂമറുകൾ, മസ്തിഷ്കത്തിനെ നേരിട്ടോ പരോക്ഷമായോ ബാധിക്കുന്ന മറ്റ് രോഗാവസ്ഥകൾ എന്നിവ മനോരോഗങ്ങൾക്കു കാരണമായേക്കാം. ഇവയ്ക്കും വിദഗ്ധനായ ഒരു മനോരോഗചികിത്സകന്റെ സഹായത്തോടെ ശമനം നേടാനാകും.

# 22

# വ്യക്തിത്വ വൈകല്യങ്ങൾ
## (Personality Disorders)

**ത**ന്നെക്കുറിച്ചും ചുറ്റുമുള്ള അന്തരീക്ഷത്തെക്കുറിച്ചും മനസിലാക്കാനും ചിന്തിക്കാനും ബന്ധപ്പെടുത്താനുമുള്ള കഴിവിനെയും അത് അന്തർലീനമായിരിക്കുന്ന സ്വഭാവത്തെയുമാണ് വ്യക്തിത്വം അഥവാ (Personality) എന്നു പറയുന്നത്. വ്യക്തിത്വത്തിൽ സാധാരണയായി കാണുന്ന പ്രധാന ഗുണങ്ങളെയാണ് വ്യക്തിത്വ ലക്ഷണങ്ങൾ അഥവാ Personality traits എന്നു പറയുന്നത്. വ്യക്തിത്വ ലക്ഷണങ്ങൾ സാഹചര്യങ്ങൾക്കനുസരിച്ച് മാറ്റാനാവാത്തതും മർക്കടമുഷ്ടിയുമായി മാറുകയും സാമൂഹ്യജീവിതത്തിലും തൊഴിൽ സ്ഥലത്തും അസ്വസ്ഥതകൾ സൃഷ്ടിക്കുകയും ചെയ്യുമ്പോൾ അതിനെ വ്യക്തിത്വ വൈകല്യങ്ങൾ എന്നു വിളിക്കുന്നു. പൊതു സമൂഹത്തിൽ 5–10 ശതമാനം പേർക്ക് വ്യക്തിത്വ വൈകല്യങ്ങൾ ഉള്ളതായി കണ്ടുവരുന്നു.

വ്യക്തിത്വ വൈകല്യങ്ങളെ പ്രധാനമായി മൂന്നായി തരം തിരിച്ചിരിക്കുന്നു.

1. **ഗണം എ** – പ്രത്യേകതയുള്ള, വിചിത്രങ്ങളായ സ്വഭാവങ്ങളാണ് ഈ ഗണത്തിൽപ്പെട്ട വ്യക്തിത്വ വൈകല്യങ്ങളുടെ ലക്ഷണങ്ങൾ.

2. **ഗണം ബി** – അതിവൈകാരികതയും നാടകീയതയുമാണ് ഈ ഗണത്തിൽപ്പെട്ട വ്യക്തിത്വ വൈകല്യങ്ങളുടെ ലക്ഷണങ്ങൾ.

3. **ഗണം സി** – ഭയവും ആകാംക്ഷയുമാണ് ഈ ഗണത്തിൽപ്പെട്ട വ്യക്തിത്വ വൈകല്യങ്ങളുടെ ലക്ഷണങ്ങൾ.

**വ്യക്തിത്വ വൈകല്യങ്ങളുടെ പേരും പ്രധാന ലക്ഷണങ്ങളും**

**ഗണം എ**

1. **പാരനോയിഡ് വ്യക്തിത്വ വൈകല്യം (Paranoid Personality Disorder)**

- സംശയസ്വഭാവം.
- ആരെയും വിശ്വാസമില്ലാതെയിരിക്കുക.
- അമിതമായ അസൂയ.
- തനിക്ക് അമിതപ്രാധാന്യം കൽപ്പിക്കുക.
- വേഗം മനസിൽ തട്ടുന്ന സ്വഭാവം.
- ദുർമുഖം കാട്ടുന്ന സ്വഭാവം
- കാര്യങ്ങളെല്ലാം മനസിൽ വെറുപ്പോടെ ചെയ്യുക.

2. **സ്കിസോയിഡ് വ്യക്തിത്വ വൈകല്യം (Schizoid Personality Disorder)**

- വൈകാരികമായ മരവിപ്പ്.
- മറ്റുള്ളവരിൽനിന്നുള്ള അകൽച്ച.
- ഒന്നിലും കുലുങ്ങാതെയിരിക്കുന്ന സ്വഭാവം.
- ആസ്വാദനശേഷിയില്ലായ്മ.
- ഉൾവലിഞ്ഞ സ്വഭാവം.

3. **സ്കിസോടൈപ്പൽ വ്യക്തിത്വ വൈകല്യം (Schizotypal Personality Disorder)**

- വൈകാരികമായ മരവിപ്പ്.
- പ്രത്യേകതയുള്ളതും വിചിത്രങ്ങളുമായ പെരുമാറ്റങ്ങൾ.
- മറ്റുള്ളവരുമായി ഒത്തുചേർന്നു പോകാനുള്ള വിമുഖതയും ഒറ്റപ്പെട്ടു നിൽക്കാനുള്ള പ്രവണതയും.
- പ്രത്യേകതയുള്ളതും വിചിത്രങ്ങളുമായ ചിന്താരീതികൾ.
- സംശയസ്വഭാവം.
- തനിക്കോ തനിക്കു ചുറ്റുമുള്ള വസ്തുക്കൾക്കോ അന്തരീക്ഷത്തിനോ മാറ്റം വന്നതായുള്ള തോന്നലുകൾ.
- അവ്യക്തമായ, ആവശ്യമില്ലാത്ത രീതിയിൽ വളച്ചുകെട്ടിയുള്ള ചിന്തകളും സംസാരവും.
- പുറമേനിന്നും പ്രകോപനമില്ലാതെ നിമിഷനേരത്തേക്കു മാത്രം നീണ്ടുനിൽക്കുന്ന സൈക്കോട്ടിക് അവസ്ഥകൾ.

**ഗണം ബി**

1. **സാമൂഹ്യവിരുദ്ധ വ്യക്തിത്വ വൈകല്യം (Antisocial Personality Disorder)**

- കല്ലുപോലെയുള്ള മനസ്സ്.
- ബന്ധങ്ങൾ പെട്ടെന്ന് അവസാനിപ്പിക്കാനുള്ള പ്രവണത.
- ഉത്തരവാദിത്വമില്ലായ്മ, അമിതാവേഗം, അമിതദേഷ്യം.
- ചെയ്യുന്ന തെറ്റുകളെക്കുറിച്ച് കുറ്റബോധവും പശ്ചാത്താപവും ഇല്ലായ്മ.

2. **ബോർഡർലൈൻ വ്യക്തിത്വ വൈകല്യം (Borderline Personality Disorder)**

- എപ്പോഴും മനസിൽ ശൂന്യതാ ബോധം.
- സംഘർഷങ്ങൾ വരുമ്പോൾ ആവർത്തിച്ച് ആത്മഹത്യാശ്രമങ്ങൾ നടത്തുകയോ ആത്മഹത്യാചിന്തകൾ പ്രകടിപ്പിക്കുകയോ ചെയ്യുന്നു.
- സംഘർഷങ്ങൾ വരുമ്പോൾ പലപ്പോഴും ഹിസ്റ്റീരിയയുടെ ലക്ഷണങ്ങൾ കാണിക്കുന്നു.
- സ്വത്വബോധമില്ലായ്മ.
- മറ്റുള്ളവർ തന്നെ ഒഴിവാക്കുമെന്ന ഭയത്താൽ അതൊഴിവാക്കാൻ പലതും ചെയ്തുകൂട്ടുന്നു.
- അമിതാവേഗം, പെട്ടെന്നു കോപം, വയലൻസ് തുടങ്ങിയവയുണ്ടാകാനുള്ള പ്രവണത.
- പെട്ടെന്നുള്ള വൈകാരികമായ മാറ്റങ്ങൾ.
- എപ്പോഴും വഴക്കുണ്ടാക്കാനുള്ള പ്രവണത.
- ചില വ്യക്തികളോട് അത്യധികമായ അടുപ്പം.

3. **ഹിസ്ട്രിയോണിക് വ്യക്തിത്വ വൈകല്യം (Histrionic Personality Disorder)**

- പെരുമാറ്റത്തിൽ നാടകീയത.
- എന്തു പറഞ്ഞാലും അത് ചിന്തിക്കാതെ ചെയ്യാനുള്ള പ്രവണത.
- ബാഹ്യമായ വൈകാരികത മാത്രം.
- തൊട്ടാവാടി സ്വഭാവം.
- മറ്റുള്ളവരിൽനിന്നും ശ്രദ്ധ പ്രതീക്ഷിക്കുന്നു.
- സാഹചര്യത്തിനു യോജിച്ചതല്ലാത്ത വശീകരണ സ്വഭാവം.
- ബാഹ്യമായ ആകർഷണീയതയിൽ കൂടുതൽ ശ്രദ്ധ.

### 4. നാർസിസിസ്റ്റിക് വ്യക്തിത്വ വൈകല്യം (Narcissistic Personality Disorder)

- തനിക്ക് മാത്രം അമിതപ്രാധാന്യം നൽകുന്ന പ്രവണത.
- അതിരില്ലാത്ത വിജയപ്രതീക്ഷകൾ.
- താൻ വളരെയേറെ പ്രത്യേകതകളുള്ള വ്യക്തിയാണെന്ന വിശ്വാസം.
- മറ്റുള്ളവർ തന്നെ ആദരിക്കുകയും പ്രശംസിക്കുകയും ചെയ്യണമെന്ന താൽപ്പര്യം
- മറ്റുള്ളവരെ ചൂഷണം ചെയ്യാനുള്ള പ്രവണത.
- മറ്റൊരാളുടെ പ്രശ്നങ്ങളുമായി താദാത്മ്യം പ്രാപിക്കാനുള്ള കഴിവില്ലായ്മ.
- മറ്റുള്ളവർക്ക് തന്നോട് അസൂയയാണെന്ന വിശ്വാസം, അതേസമയം മറ്റുള്ളവരോട് അസൂയ.
- അഹങ്കാരവും ധിക്കാരവും കലർന്ന പെരുമാറ്റം

## ഗണം സി

### 1. അവോയിഡന്റ് വ്യക്തിത്വ വൈകല്യം (Avoidant Personality Disorder)

- എപ്പോഴും ടെൻഷൻ
- മറ്റുള്ളവരെക്കാൾ താൻ താഴെയാണെന്ന തോന്നൽ.
- മറ്റുള്ളവർ തന്നെ തഴയും എന്നുള്ള തോന്നൽ.
- ജോലിയിലോ വ്യക്തികളുമായോ ഉള്ള അടുപ്പം ഒഴിവാക്കുന്നു.
- ആപൽഘട്ടങ്ങൾ ഒഴിവാക്കുന്നു.

### 2. ഡിപ്പന്റന്റ് വ്യക്തിത്വ വൈകല്യം (Dependent Personality Disorder)

- ഉത്തരവാദിത്വങ്ങൾ മറ്റുള്ളവരെ ഏൽപ്പിക്കാനുള്ള പ്രവണത.
- ആവശ്യത്തിലധികം മറ്റുള്ളവരെ ആശ്രയിക്കുന്നു.
- തനിക്ക് ആവശ്യമായ കാര്യങ്ങൾപോലും വേണമെന്ന് ഉറപ്പിച്ചു പറയാനുള്ള മടി.
- മറ്റുള്ളവരിൽനിന്നും സഹായം ലഭിക്കാൻവേണ്ടി ഏതറ്റം വരെയും പോകാനുള്ള പ്രവണത.
- താൻ ഒറ്റയ്ക്കായിപ്പോകുമോ എന്നുള്ള ഭയം.
- തീരുമാനങ്ങളെടുക്കാൻ മറ്റുള്ളവരുടെ തീവ്രപ്രേരണയും സഹായവും വേണ്ടിവരുന്നു.

### 3. ഒബ്സസീവ് കംപൽസീവ് വ്യക്തിത്വ വൈകല്യം (Obsessive Compulsive Personality Disorder)

- കാര്യങ്ങളുടെ വിശദാംശങ്ങളെക്കുറിച്ച് വളരെയേറെ ആകുലത.
- എല്ലാം കണിശമായിരിക്കണമെന്ന വാശി.
- മനഃസാക്ഷിക്കനുസരിച്ച് എല്ലാം ചെയ്യണമെന്ന നിഷ്കർഷ.
- എല്ലാം തന്റെ താൽപ്പര്യമനുസരിച്ച് നടക്കണമെന്ന പിടിവാശി.
- മറ്റുള്ളവർ തന്റെ വഴിക്കു വരണമെന്ന പ്രതീക്ഷ.
- എല്ലാത്തിലും സുരക്ഷ ഉറപ്പാക്കണമെന്ന തോന്നൽ.

എ ഗണത്തിൽപ്പെട്ട വ്യക്തിത്വ വൈകല്യങ്ങളിൽ സ്കിസോഫ്രീനിയയുടെ സാധ്യത കൂടുതലാണ്. ബി ഗണത്തിൽപ്പെട്ട വ്യക്തിത്വ വൈകല്യങ്ങളിൽ വൈകാരികരോഗങ്ങൾ, ലഹരിവസ്തുക്കളുടെ ഉപയോഗം, ഹിസ്റ്റീരിയ എന്നിവയുടെ സാധ്യത ഏറിയിരിക്കും. ഒരു വ്യക്തിക്ക് മനോരോഗത്തോടൊപ്പം തന്നെ വ്യക്തിത്വ വൈകല്യം കൂടിയുണ്ടെങ്കിൽ രോഗ ചികിത്സ കൂടുതൽ ബുദ്ധിമുട്ടേറിയതായിരിക്കും.

## വ്യക്തിത്വ വൈകല്യങ്ങളുടെ ചികിത്സകൾ

പലപ്പോഴും ലക്ഷണങ്ങൾക്കനുസൃതമായി ഔഷധങ്ങളും സൈക്കോതെറാപ്പിയും ബിഹേവിയറൽ ചികിത്സാരീതികളും സാമൂഹ്യാടിസ്ഥാനത്തിലുള്ള ചികിത്സാരീതികളുമൊക്കെ വ്യക്തിത്വ വൈകല്യങ്ങളുടെ ചികിത്സയ്ക്കായി ഉപയോഗിക്കാറുണ്ട്.

# 23

# മനോജന്യ ലൈംഗികപ്രശ്നങ്ങൾ

**ഏ**റെ സങ്കീർണമാണ് ലൈംഗികവൈകല്യങ്ങൾ. മൂന്നുതരത്തിലുള്ള വൈകല്യങ്ങളാണ് ലൈംഗികതയുമായി ബന്ധപ്പെടുത്തി കാണാറുള്ളത്.

1. രതിവൈകല്യങ്ങൾ (Sexual dysfunctions) – സംതൃപ്തമായ ഒരു ലൈംഗികബന്ധം പൂർത്തിയാക്കുവാൻ സാധിക്കാതിരിക്കുക. ഇത് പലപ്പോഴും താൽപ്പര്യക്കുറവുകൊണ്ടോ, ഉദ്ധാരണശേഷിയില്ലായ്മ കൊണ്ടോ, വേദനകൊണ്ടോ, യോനീനാളത്തിലെ നനവിന്റെ കുറവുകൊണ്ടാ, ശീഘ്രസ്ഖലനംകൊണ്ടോ താമസിച്ചുള്ള സ്ഖലനം കൊണ്ടോ ഒക്കെയാവാം.
2. രതിജന്യവസ്തുക്കൾ തെരഞ്ഞെടുക്കുന്നതിലെ വൈകല്യങ്ങൾ അഥവാ പാരാഫിലിയാസ് (Paraphilias) – ലൈംഗികവസ്തുക്കൾ തെരഞ്ഞെടുക്കുന്നതിലുള്ള വ്യതിയാനങ്ങൾ.
3. സ്ത്രീ-പുരുഷ സ്വത്വബോധവൈകല്യങ്ങൾ (Gender Identity Disorders) – താൻ പുരുഷനോ സ്ത്രീയോ ആണെന്ന സ്വത്വബോധത്തിലുണ്ടാകുന്ന വൈകല്യങ്ങളാണിവ. ഒരു ആൺകുട്ടി പെൺകുട്ടിയായി മാറുവാനാഗ്രഹിക്കും. പെൺകുട്ടികൾ നേരെ മറിച്ചും.

ലൈംഗികബന്ധത്തിന് അഥവാ സംഭോഗത്തിന് അഞ്ച് ഘട്ടങ്ങളുണ്ട്:

ലൈംഗികബന്ധത്തെക്കുറിച്ചുള്ള വിചാരം, ആഗ്രഹം, ഉത്തേജനം, രതിമൂർച്ഛ.

## പൂർവസ്ഥിതി പ്രാപിക്കൽ

പ്രമേഹം പോലെയുള്ള പലതരം ശാരീരികരോഗങ്ങൾകൊണ്ടും വിഷാദരോഗംപോലെയുള്ള പല മാനസികരോഗങ്ങൾകൊണ്ടും ചിലതരം വിഷാദരോഗൗഷധങ്ങൾ (Antidepressants) കൊണ്ടും പലതരം മരുന്നു കൊണ്ടും ഈ ഘട്ടങ്ങളിൽ പലതിലും പ്രശ്നങ്ങളുണ്ടാകാം. എന്നാൽ മാനസികസംഘർഷംകൊണ്ടും ഭയംകൊണ്ടും, അപകർഷബോധം കൊണ്ടും പലപ്പോഴും ലൈംഗികപ്രശ്നങ്ങളുണ്ടാകാം. ഒരു ഘട്ടത്തിലുണ്ടാകുന്ന പ്രശ്നം മറ്റ് ഘട്ടങ്ങളെയും ബാധിക്കാം. ഉദാഹരണമായി ലൈംഗികമായി ഉത്തേജനം ഉണ്ടാകാത്ത അവസ്ഥ പലപ്പോഴും ഒന്നും രണ്ടും ഘട്ടങ്ങളെ ബാധിക്കാറുണ്ട്.

## രതിവൈകല്യങ്ങൾ

പുരുഷന്മാരെ അപേക്ഷിച്ച് സ്ത്രീകളിലാണ് രതിവൈകല്യങ്ങൾ കൂടുതലായി കണ്ടുവരുന്നത്. പുരുഷന്മാരിലെ ലൈംഗികപ്രശ്നങ്ങൾ ഏറിയ കുറും ലിംഗോദ്ധാരണം, സ്ഖലനം എന്നീ പ്രശ്നങ്ങളാണ്. സ്ത്രീകളിലാകട്ടെ ആഗ്രഹം, രതിമൂർഛ എന്നിവയെ ചുറ്റിപ്പറ്റിയുള്ള വൈകല്യങ്ങളാണ് കൂടുതലായി കാണപ്പെടുക.

## പുരുഷന്മാരിലെ രതിവൈകല്യങ്ങൾ

പുരുഷന്മാരിൽ പെട്ടെന്നു സ്ഖലനം നടക്കുകയോ അല്ലെങ്കിൽ സ്ഖലനം നടക്കാൻ വളരെയേറെ താമസിക്കുകയോ ചെയ്യുന്നു. പലപ്പോഴും അപകർഷബോധമുള്ളവർ, രതിയെ പാപമായിട്ടും ജനനേന്ദ്രിയം അശ്ലീലവസ്തുവായിട്ടും കാണുന്നവർ, പങ്കാളിയുമായി മാനസികൈക്യം ഇല്ലാത്തവർ, അമിതമായ പിരിമുറുക്കമുള്ളവർ എന്നിവരിലാണ് താമസിച്ചുള്ള സ്ഖലനം കാണാറുള്ളത്.

ലിംഗം യോനിയിൽ പ്രവേശിച്ച ഉടനെയോ പ്രവേശിക്കുന്നതിനു മുൻപോ ആഗ്രഹിക്കുന്ന സമയത്തിനു മുൻപായി സ്ഖലനം നടക്കുക എന്ന അവസ്ഥയെയാണ് ശീഘ്രസ്ഖലനം എന്നു പറയുന്നത്. വിദ്യാഭ്യാസ നിലവാരം കൂടിയവരിലാണ് ഈ വൈകല്യം കൂടുതലായി കണ്ടുവരുന്നത്.

## സ്ത്രീകളിലെ രതിവൈകല്യങ്ങൾ

ലൈംഗികബന്ധത്തിലുള്ള താൽപ്പര്യക്കുറവ് അഥവാ വികാരരാഹിത്യമാണ് സ്ത്രീകളിൽ സാധാരണയായി കണ്ടുവരുന്ന ലൈംഗികവൈകല്യം. ഇത് സംഭോഗത്തിലെ ഒന്നാം ഘട്ടവുമായി ബന്ധപ്പെട്ടതാണ്. സംഭോഗത്തിൽ ഏർപ്പെടണമെന്ന ചിന്തയോ അതുമായി ബന്ധപ്പെട്ട ഭാവനകളോ ഒന്നും തന്നെ കാണില്ല. പലപ്പോഴും ഇത് സംഭോഗത്തോടുള്ള പ്രകടമായ വെറുപ്പിനും വഴിതെളിച്ചേക്കാം.

അമിതമായ വേദനകൊണ്ട് ലൈംഗികബന്ധത്തിൽ ഏർപ്പെടാൻ കഴിയാത്ത അവസ്ഥയെ ഡിസ്പാരെയൂണിയ (Dyspareunia) എന്നു വിളിക്കുന്നു. യോനീനാളത്തിലെ നനവില്ലായ്മ, അമിതമായ ആകാംക്ഷകൊണ്ട് യോനീനാളത്തിനു ചുറ്റുമുള്ള പേശികൾ മുറുകിയിരിക്കുന്ന അവസ്ഥ (Vaginismus), രോഗാണുബാധ എന്നിവയൊക്കെ ഇതിനു കാരണമാകാം.

സംഭോഗത്തിൽ കൈവരിക്കേണ്ട രതിമൂർഛ കുറഞ്ഞിരിക്കുകയോ ഒട്ടും ഉണ്ടാകാതിരിക്കുകയോ ചെയ്യാത്ത അവസ്ഥയെ രതിമൂർഛാവൈകല്യം എന്നു പറയുന്നു. പങ്കാളിയുടെ ഭാഗത്തു നിന്നുള്ള അവഗണന, ഗർഭിണിയാകുമെന്ന ഭയം, പാപബോധം, കുറ്റബോധം തുടങ്ങിയവയെല്ലാം ഈ വൈകല്യത്തിനു കാരണമാകാം. പലപ്പോഴും രതിമൂർഛാവൈകല്യങ്ങൾ ഉള്ള സ്ത്രീകളിൽ അമിതമായ കോപം, പിരിമുറുക്കം, കൂടുതലോ കുറവോ ആയ യോനീശ്രവങ്ങൾ, ചൊറിച്ചിൽ, നടുവേദന, അടിവയറ്റിൽ വേദന എന്നിവയും കണ്ടുവരുന്നു.

### സ്വയംഭോഗം

ഏറെ തെറ്റിദ്ധരിക്കപ്പെട്ടിട്ടുള്ള ഒരു പ്രതിഭാസമാണ് സ്വയംഭോഗം. സ്വയംഭോഗത്തെപ്പറ്റി ഒട്ടേറെ തെറ്റിദ്ധാരണകൾ ഇന്നും നിലവിലുണ്ട്:

1. ഓരോ തുള്ളി ശുക്ലവും ആയിരം തുള്ളി ചോരയ്ക്കു സമമാണ്.
2. സ്വയംഭോഗം ലൈംഗികശേഷി കുറയ്ക്കും.
3. സ്വയംഭോഗം ഓർമശക്തി കുറയ്ക്കും.
4. അമിതമായ സ്വയംഭോഗം മനോരോഗത്തിനു വഴിവെക്കുന്നു.

എന്നാൽ ഈ വിശ്വാസങ്ങളെല്ലാം അബദ്ധങ്ങളാണെന്നും സ്വയംഭോഗം തികച്ചും സാധാരണമായ ഒരു പ്രതിഭാസമാണെന്നും ശാസ്ത്രജ്ഞർ സാക്ഷ്യപ്പെടുത്തുന്നു. ജീവിതത്തിൽ എപ്പോഴെങ്കിലും പുരുഷന്മാരെല്ലാവരും തന്നെ സ്വയംഭോഗത്തിൽ ഏർപ്പെടുന്നു എന്നാണ് പഠനങ്ങൾ ചൂണ്ടിക്കാണിക്കുന്നത്. സ്ത്രീകളിലാകട്ടെ നാലിൽ മൂന്നുപേർ സ്വയംഭോഗം ചെയ്യുന്നവരാണ് എന്നും കണക്കാക്കപ്പെടുന്നു.

### രതിവൈകല്യങ്ങൾക്ക് ചികിത്സയുണ്ടോ?

ഉണ്ട് എന്നതാണ് ഏറ്റവും ആശ്വാസകരമായ മറുപടി. ഭാര്യയെയും ഭർത്താവിനെയും ഒരുമിച്ചാണ് ചികിത്സയ്ക്കു വിധേയരാക്കേണ്ടത്. ലൈംഗികതയുമായി ബന്ധപ്പെട്ട തെറ്റിദ്ധാരണകളും ആശങ്കകളും ഭയങ്ങളും നീക്കുക എന്നതാണ് ലൈംഗികവൈകല്യങ്ങൾ ചികിത്സിക്കുന്ന ചികിത്സകന്റെ പ്രധാന കർത്തവ്യം. ഉദ്ധാരണശേഷിയില്ലായ്മ പോലെയുള്ള ഘട്ടങ്ങളിൽ മരുന്നുകളും താൽപ്പര്യക്കുറവുപോലെ വരുന്ന ഘട്ടങ്ങളിൽ കൗൺസിലിങ്ങും മറ്റ് ആവശ്യഘട്ടങ്ങളിൽ ബിഹേവിയറൽ ചികിത്സയുമാണ് സാധാരണയായി ഉപയോഗിക്കാറ്. പലപ്പോഴും ഈ ചികിത്സകളെല്ലാം ഒരുമിച്ചും ഉപയോഗിക്കാറുണ്ട്.

## രതിജന്യവസ്തുക്കൾ തെരഞ്ഞെടുക്കുന്നതിലെ വൈകല്യങ്ങൾ (Paraphilias)

സാധാരണയായി മനുഷ്യർ എതിർലിംഗത്തിൽപ്പെട്ട ഇണയെയാണല്ലോ ലൈംഗികസംതൃപ്തിക്കായി തെരഞ്ഞെടുക്കുന്നത്. എന്നാൽ ചിലപ്പോൾ ചിലർ ഷൂസ്, കണ്ണാടികൾ തുടങ്ങിയ ജീവനില്ലാത്ത വസ്തുക്കളെയും (Fetishism), കുഞ്ഞുങ്ങളെയും (Pedophilia) മൃഗങ്ങളെയും (Bestiality), മൃതശരീരങ്ങളെയുമൊക്കെ (Necrophilia) ലൈംഗികവസ്തുക്കളായി തെരഞ്ഞെടുക്കാറുണ്ട്. ചിലപ്പോൾ എതിർലിംഗത്തിൽപ്പെട്ട പങ്കാളിയുടെ വസ്ത്രങ്ങൾ ധരിച്ചും ചിലർ ലൈംഗികസംതൃപ്തി നേടാറുണ്ട് (Transvestism). ആ വ്യക്തിയുടെ ലൈംഗികഭാവനകളും പ്രവർത്തികളും ലൈംഗികോത്തേജനവുമെല്ലാം ഈ വസ്തുക്കളെ ചുറ്റിപ്പറ്റിയായിരിക്കും. ലൈംഗികാവയവങ്ങൾ തികച്ചും അപ്രതീക്ഷിതമായി മറ്റു വ്യക്തികളുടെ മുന്നിൽ പ്രദർശിപ്പിക്കുക (Exhibitionism), മറ്റുള്ളവരുടെ ശരീരഭാഗങ്ങളോ മറ്റു വ്യക്തികൾ ലൈംഗികബന്ധത്തിലേർപ്പെടുന്നതോ ഒളിഞ്ഞു നോക്കുക (Voyeurism), പങ്കാളിയിൽനിന്നും ശാരീരിക പീഡനമേറ്റു വാങ്ങുകയോ (Masochism) അല്ലെങ്കിൽ പങ്കാളിയെ ശാരീരികപീഡനത്തിനു വിധേയയാക്കിയോ (Sadism) ലൈംഗിക സംതൃപ്തി കൈവരിക്കുക, മറ്റു വ്യക്തികളുടെമേൽ തന്റെ ശരീരമുരസി (Frotteurism) ലൈംഗിക സംതൃപ്തി നേടുക എന്നതൊക്കെ ഈ വിഭാഗത്തിൽപ്പെടും.

## സ്ത്രീപുരുഷ സ്വത്വബോധവൈകല്യങ്ങൾ (Gender Identity Disorders)

ഒരു വ്യക്തി തന്റെ ജന്മനായുള്ള ലൈംഗികതയോട് അനിഷ്ടം പ്രകടിപ്പിക്കുകയും തന്റെ എതിർ ലിംഗത്തിലേക്ക് മാറണമെന്ന് അതിയായ ആഗ്രഹം പ്രകടിപ്പിക്കുകയുമാണ് ഈ അവസ്ഥയുടെ ലക്ഷണം. ഇത് കുട്ടിക്കാലം മുതൽക്കോ അല്ലെങ്കിൽ മുതിർന്നതിനുശേഷമോ തുടങ്ങാം. മുതിർന്നതിനുശേഷം തുടങ്ങുന്ന രോഗികളിൽ ചികിത്സ താരതമ്യേന കൂടുതൽ നല്ല ഫലമായിരിക്കും തരിക.

## സ്വവർഗലൈംഗികത (Homosexuality)

ആധുനിക മനോരോഗചികിത്സാശാസ്ത്രം സ്വവർഗലൈംഗികതയെ ഒരു മനോരോഗമായി കണക്കാക്കുന്നില്ല. മറിച്ച് സാധാരണ ലൈംഗികതയുടെ മറ്റൊരു വശമായാണ് കണക്കാക്കുന്നത്. എന്നാൽ സ്വവർഗാനുരാഗിയായ ഒരു വ്യക്തി തന്റെ പെരുമാറ്റത്തെക്കുറിച്ച് അസ്വസ്ഥനാകുകയോ അല്ലെങ്കിൽ അതിൽ കുറ്റബോധം പ്രകടിപ്പിക്കുകയോ ചെയ്താൽ പലപ്പോഴും അയാളെ ചികിത്സയ്ക്ക് വിധേയനാക്കേണ്ടിവരും.

# 24

# ഉറക്കത്തിന്റെ പ്രശ്നങ്ങൾ

**ജീ**വിതത്തിന്റെ മൂന്നിലൊന്നുഭാഗം നാം ഉറങ്ങാൻ വേണ്ടിയാണ് ചിലവാക്കുന്നതത്രേ. വ്യത്യസ്തമാണ് ആളുകൾക്ക് ഉറങ്ങാൻ വേണ്ട സമയം. ചിലർ ഒമ്പതു മണിക്കൂറിലേറെ സമയം ഉറങ്ങാൻവേണ്ടി ചില വാക്കുമ്പോൾ (long sleepers) മറ്റു ചിലർ വെറും ആറു മണിക്കൂറിൽ താഴെ സമയമാണ് (short sleepers) ഉറങ്ങാൻവേണ്ടി ചിലവാക്കുന്നത്.

## ഉറക്കം ഇല്ലാതായാൽ എന്തു സംഭവിക്കും?

4–5 ദിവസങ്ങൾ വരെ ഉറങ്ങാതിരുന്നാൽ ഒരു വ്യക്തിക്ക് മാനസിക മായ പ്രശ്നങ്ങൾ കണ്ടു തുടങ്ങും. ശ്രദ്ധക്കുറവ്, തലചുറ്റൽ, കാര്യങ്ങൾ ചെയ്യുവാനുള്ള താൽപ്പര്യക്കുറവ്, സൈക്കോട്ടിക് രോഗങ്ങൾ വരാൻ സാധ്യതയുള്ളവരിൽ സൈക്കോട്ടിക് ലക്ഷണങ്ങൾ, യാഥാർഥ്യവുമാ യുള്ള ബന്ധമില്ലായ്മ, ആശയക്കുഴപ്പങ്ങൾ എന്നിവ കണ്ടുതുടങ്ങും.

**ഉറക്ക പ്രശ്നങ്ങളെ പ്രധാനമായി രണ്ടായി തരംതിരിക്കാം.**

1. **ഡിസോമ്നിയ**
   - ഉറക്കമില്ലായ്മ
   - അതിനിദ്ര
   - ഉറക്കത്തിനും ഉണർവിനുമിടയിലൂടെ വഴുതിനീങ്ങുമ്പോഴുള്ള പ്രശ്നങ്ങൾ.
2. **പാരാസോമ്നിയ**

## ഉറക്കമില്ലായ്മ (Insomnia)

അതിസാധാരണമായ ഒരു പ്രശ്നമാണ് ഉറക്കമില്ലായ്മ അഥവാ ഇൻസോമ്നിയ. ഉറങ്ങിത്തുടങ്ങുന്നതിനും ഉറക്കം നിലനിർത്തുന്നതിനു

മുള്ള ബുദ്ധിമുട്ടുകളാണ് ഉറക്കമില്ലായ്മ എന്ന അവസ്ഥയിൽ കണ്ടുവരുന്നത്. രാത്രിയിൽ ഇടയ്ക്കിടയ്ക്ക് ഉണരുന്നതും അതിരാവിലെ പതിവിലും നേരത്തേ ഉറക്കത്തിൽനിന്ന് ഉണരുകയും പിന്നീട് ഉറക്കം കിട്ടാതെ പാടുപെടുകയും ചെയ്യുന്നതും ഉറക്കമില്ലായ്മയുടെ കൂട്ടത്തിൽപ്പെടും. ഈ അവസ്ഥയിലുള്ള പല രോഗികളും ആവശ്യത്തിന് ഉറങ്ങിയാലും പലപ്പോഴും രാവിലെ ഉണർന്നെഴുന്നേൽക്കുന്നത് ഒട്ടും ഉറങ്ങിയില്ല എന്ന തോന്നലോടുകൂടിയായിരിക്കും. ഉറക്കമില്ലായ്മയുടെ പ്രധാന കാരണങ്ങൾ ഇനിപ്പറയുന്നവയാണ്:

1. ശാരീരികരോഗങ്ങൾ – ഹൃദ്രോഗം, ശ്വാസകോശരോഗം, പ്രായാധിക്യം, മസ്തിഷ്ക രോഗങ്ങൾ, എല്ലിനെയും പേശികളെയും ബാധിക്കുന്ന രോഗാവസ്ഥകൾ.
2. മദ്യത്തിന്റെയും മറ്റു ലഹരിമരുന്നുകളുടെയും ഉപയോഗം.
3. ചിലതരം മരുന്നുകൾ – വിഷാദരോഗത്തിനും ശ്വാസംമുട്ടലിനും രക്തസമ്മർദത്തിനും ഉപയോഗിക്കുന്ന മരുന്നുകളും സ്റ്റീറോയിഡുകളും.
4. മനോരോഗങ്ങൾ – മാനിയ, വിഷാദം, ഡിസ്തൈമിയ, ആകാംക്ഷാരോഗം.
5. പ്രത്യേകിച്ച് കാരണമൊന്നുമില്ലാതെയും ഉറക്കമില്ലായ്മ ഉണ്ടാകാം.

ചില വ്യക്തികൾ ഉറക്കത്തിൽ ക്രമമായി കാലുകൾ അനക്കിക്കൊണ്ടിരിക്കും. ഇതിനെ സാമയികമായ ഉറക്കത്തിലെ ചലനങ്ങൾ (Periodic Sleep Movements) എന്നു പറയും. ഉറക്കമില്ലായ്മയുടെ പ്രധാന കാരണങ്ങളിലൊന്നാണിത്. മധ്യവയസ്കരിലും മുതിർന്നവരിലുമാണ് ഇത് സാധാരണയായി കണ്ടുവരുന്നത്.

ഉറക്കമില്ലായ്മയുടെ യഥാർഥ കാരണങ്ങൾ കണ്ടുപിടിക്കുന്നതിനുവേണ്ടി വിശദമായ പരിശോധനകൾ വേണ്ടിവരും.

## ഉറക്കമില്ലായ്മയുടെ ചികിത്സ

1. മരുന്നുകൾ മാത്രമല്ല ഉറക്കമില്ലായ്മയുടെ ചികിത്സ. മരുന്നുകൾ കഴിക്കുന്നുണ്ടെങ്കിൽ തന്നെ അത് ഒരു ഡോക്ടറുടെ നിർദേശാനുസരണം മാത്രമായിരിക്കണം.
2. പലപ്പോഴും കൂടെയുള്ള ശാരീരിക–മാനസികരോഗങ്ങൾ ചികിത്സിക്കുമ്പോൾ തന്നെ ഉറക്കമില്ലായ്മ പമ്പ കടക്കും.
3. മരുന്നുകൾ ഉപയോഗിക്കുന്നതിനുമുമ്പ് ലഘുവായ ചില നല്ല ഉറക്കശീലങ്ങൾ പരിശീലിക്കുന്നത് നന്നായിരിക്കും.
   - ഉറങ്ങാനും ഉണരാനും നിശ്ചിതസമയം വയ്ക്കുക.
   - പതിവായി ശാരീരിക വ്യായാമം ചെയ്യുക.
   - ഉറക്കം വരുമ്പോൾ മാത്രം കിടക്കുക.
   - ഉറക്കത്തിനു തൊട്ടുമുമ്പ് വയറുനിറയെ ഭക്ഷണം കഴിക്കുന്നതും വെള്ളം കുടിക്കുന്നതും ഒഴിവാക്കുക.

- ഉറക്ക സമയത്തിനുമുമ്പ് ചായ, കാപ്പി തുടങ്ങിയവ കഴിക്കുന്നത് ഒഴിവാക്കുക.
- പതിവായി മദ്യം കഴിക്കുന്നത് ഒഴിവാക്കുക.
- കിടപ്പുമുറിയിൽ വായിക്കുന്നതും ടെലിവിഷൻ കാണുന്നതും ഒഴിവാക്കുക.
- പകൽ സമയത്തെ സംഘർഷ സന്ദർഭങ്ങൾ കിടപ്പുമുറിയിലേക്ക് കൊണ്ടുപോകാതിരിക്കുക.

## അതിനിദ്ര (Hypersomnia)

ഉറക്കമില്ലായ്മയെക്കാൾ കുറവാണ് അതിനിദ്ര ഉള്ളവരുടെ എണ്ണം എങ്കിലും ഇതും വളരെ ബുദ്ധിമുട്ടുണ്ടാക്കുന്ന ഒരു അവസ്ഥയാണ്. അമിതമായ ഉറക്കമാണ് അതിനിദ്ര അഥവാ ഹൈപ്പർസോമ്നിയയുടെ പ്രധാന ലക്ഷണം. പകൽ സമയത്തുള്ള അമിതമായ ഉറക്കം, പകൽ സമയങ്ങളിൽ അറിയാതെ ഉറങ്ങി വീഴുക, ഉറക്കത്തിൽ നിന്നെഴുന്നേറ്റ് നല്ല ബോധത്തിലേക്കു വരാൻ കൂടുതൽ സമയം എടുക്കുക എന്നിവയാണ് മറ്റു ലക്ഷണങ്ങൾ. അതിനിദ്രയുടെ പ്രധാന കാരണങ്ങൾ ഇനിപ്പറയുന്നവയാണ്.

1. ശാരീരികരോഗങ്ങൾ – നാർകൊലെപ്സി, ഉറക്കത്തിലുണ്ടാകുന്ന ശ്വാസതടസം, തൈറോയ്ഡ് ഗ്രന്ഥിയുടെ പ്രവർത്തനത്തിലുള്ള കുറവ്, മസ്തിഷ്കത്തിന് സംഭവിക്കുന്ന ക്ഷതങ്ങൾ, മസ്തിഷ്കത്തിലെ ചിലതരം അർബുദങ്ങൾ, രോഗാണുബാധകൾ.
2. ചിലതരം മരുന്നുകൾ – ആന്റി സൈക്കോട്ടിക് മരുന്നുകൾ, ആകാംക്ഷാരോഗചികിത്സയ്ക്കുപയോഗിക്കുന്ന ചില മരുന്നുകൾ.
3. മനോരോഗങ്ങൾ – ഡിസ്തൈമിയ, ചിലതരം വിഷാദരോഗങ്ങൾ.
4. പ്രത്യേകിച്ച് കാരണമൊന്നുമില്ലാതെയും അതിനിദ്ര ഉണ്ടാകാം.

## നാർകൊലെപ്സി

അതിനിദ്രയുടെ പ്രധാന കാരണങ്ങളിലൊന്ന് നാർകൊലെപ്സിയാണെന്നു പറഞ്ഞുവല്ലോ. നാർകൊലെപ്സിയുടെ പ്രധാന ലക്ഷണങ്ങൾ ഇനിപ്പറയുന്നവയാണ്:

1. പലപ്പോഴും രോഗി നിയന്ത്രിക്കാനാകാത്തവിധം ഉറക്കത്തിലേക്ക് വീണുപോകുന്നു.
2. പേശികളുടെ ശക്തി ക്ഷയിച്ച് രോഗി പലപ്പോഴും തറയിലേക്ക് വീണുപോകുന്നു.
3. ഉറങ്ങിത്തുടങ്ങുമ്പോൾ ഭയം സൃഷ്ടിക്കുന്ന പല മിഥ്യാദർശനങ്ങളും കാണുന്നു.
4. ഉറങ്ങിത്തുടങ്ങുമ്പോഴോ രാവിലെ ഉണർന്നെഴുന്നേൽക്കുമ്പോഴോ ശരീരം മുഴുവൻ തളർന്ന പ്രതീതിയുണ്ടാവുന്നു. രോഗിക്ക് ശരീരം ചലിപ്പിക്കാൻ വളരെ പ്രയാസം അനുഭവപ്പെടുന്നു.

പതിവായി ഇടയ്ക്കിടയ്ക്ക് കുറച്ചു നേരത്തേക്ക് ഉറങ്ങുന്നതിലൂടെയും ജീവിതചര്യാക്രമങ്ങളിലെ മാറ്റത്തിലൂടെയും, ഔഷധ ചികിത്സകളിലൂടെയും നാർകൊലെപ്സിയിൽനിന്ന് മുക്തിനേടാൻ സഹായിക്കും.

## പാരാസോമ്നിയകൾ

ഉറക്കത്തിലോ ഉറക്കത്തിനും ഉണർവിനും ഇടയ്ക്കോ സംഭവിക്കുന്ന അസാധാരണ പ്രശ്നങ്ങളെയാണ് പാരാസോമ്നിയ എന്ന വാക്കുകൊണ്ടർഥമാക്കുന്നത്. ദുഃസ്വപ്നങ്ങൾ, ഉറക്കത്തിൽ നടത്തം (Somnambulism), നൈറ്റ് ടെറേഴ്സ് (Night Terrors), ഉറക്കത്തിലുള്ള പല്ലു കടിക്കൽ (Bruxism) തുടങ്ങിയവയാണ് പ്രധാനപ്പെട്ട പാരാസോമ്നിയകൾ. ദുഃസ്വപ്നങ്ങൾ കാണുന്നവർ അത് നന്നായി ഓർത്തിരിക്കും. ദുഃസ്വപ്നത്തേക്കാൾ കൂടുതൽ ആകാംക്ഷയുമായെത്തുന്ന നൈറ്റ് ടെറ്റുകൾ ഇത്തരത്തിൽ ഓർത്തെടുക്കാൻ വ്യക്തിക്ക് കഴിഞ്ഞെന്നു വരില്ല. രാത്രിയുടെ ഒന്നാം പകുതിയിലാണ് സാധാരണയായി നൈറ്റ് ടെററുകൾ കാണാറുള്ളത്. ദുഃസ്വപ്നങ്ങളാകട്ടെ ഏതു സമയത്തും വരാം. ഉറക്കത്തിലെ നടത്തയും (Somnambulism) സാധാരണയായി രാത്രിയുടെ ആദ്യത്തെ മൂന്നിലൊന്നു ഭാഗത്താണ് കാണാറുള്ളത്. മാനസിക സംഘർഷങ്ങളും അമിതാകാംക്ഷയുമാണ് പലപ്പോഴും ഇതിന്റെ കാരണം.

## ഉറക്കപ്രശ്നങ്ങളുടെ ചികിത്സകൾ

ലഘുവായ ചികിത്സാമാർഗങ്ങളിലൂടെ ഉറക്കത്തിന്റെ മിക്കവാറും പ്രശ്നങ്ങളെല്ലാം തന്നെ മാറ്റിയെടുക്കാനാകും. പലപ്പോഴും സൈക്കോതെറാപ്പിയും ഔഷധങ്ങളും കൂടിച്ചേർന്ന മാർഗങ്ങളാകാം മനോരോഗ ചികിത്സകന്മാർ ഉറക്കപ്രശ്നങ്ങളുടെ ചികിത്സയിൽ ഉപയോഗിക്കുക.

# 25

# കുട്ടികളിലെ മനോരോഗങ്ങൾ

**മു**തിർന്നവർക്കെന്നപോലെ കുട്ടികൾക്കും മനോരോഗങ്ങൾ ഉണ്ടാകാം. മുതിർന്നവരിലുണ്ടാകാവുന്ന മനോരോഗങ്ങളിൽ പലതും കുട്ടികളിലും കണ്ടുവരാറുണ്ട്. എന്നാൽ ചിലതരം മനോരോഗങ്ങൾ കുട്ടിക്കാലത്ത് തുടങ്ങുകയും മറ്റു ചിലവ കുട്ടിക്കാലത്തു മാത്രം പ്രകടമാവുകയും ചെയ്യുന്നു. ഈ രണ്ടു വിഭാഗങ്ങളിലുംപെട്ട മനോരോഗങ്ങളെപ്പറ്റിയാണ് ഈ അധ്യായത്തിൽ വിവരിക്കുന്നത്.

## ഒരു കുഞ്ഞിന്റെ വളർച്ചയെ സ്വാധീനിക്കുന്ന ഘടകങ്ങൾ

സ്വാഭാവികമായ സാധാരണ രീതിയിലുള്ള മസ്തിഷ്ക വളർച്ച, ഉത്തേജനം പകരുന്ന ഒരു അന്തരീക്ഷം, ആവശ്യത്തിന് പക്വതയുള്ള രക്ഷാകർത്താക്കൾ എന്നിവയെല്ലാം ഒരു കുഞ്ഞിന്റെ വളർച്ചയെയും ജീവിതത്തെയും സ്വാധീനിക്കുന്നു. ഈ മൂന്നു ഘടകങ്ങളിൽ ഏതെങ്കിലും ഒന്നിനു സംഭവിക്കുന്ന കോട്ടങ്ങൾ കുഞ്ഞിന്റെ മാനസികവളർച്ചയെ പ്രതികൂലമായി ബാധിക്കാനിടയുണ്ട്.

## കുട്ടികളിലെ മനോരോഗങ്ങളുടെ പ്രത്യേകതകൾ

ഒരു പ്രായത്തിൽ സാധാരണയായി കാണാറുള്ള സ്വഭാവരീതികൾ മറ്റൊരു പ്രായത്തിൽ രോഗലക്ഷണമാകാം. കുട്ടികൾക്ക് പലപ്പോഴും അവരുടെ അസ്വസ്ഥതകളും രോഗകാരണമാവുന്ന ബുദ്ധിമുട്ടുകളുമൊക്കെ ഡോക്ടറെ പറഞ്ഞു മനസിലാക്കാനായെന്നും വരില്ല. അതുകൊണ്ടു തന്നെ വിശദമായ നിരീക്ഷണം, മാതാപിതാക്കന്മാരുമായും പലപ്പോഴും സ്കൂളിലെ അധ്യാപകരുമായുമുള്ള ആശയവിനിമയം എന്നിവയൊക്കെ

രോഗനിർണയത്തിന് സഹായിക്കുന്ന ഘടകങ്ങളാണ്. കുടുംബപശ്ചാത്തലവും കുടുംബാംഗങ്ങൾ തമ്മിലുള്ള പരസ്പരവൈകാരികബന്ധവുമൊക്കെ കുട്ടികളിലെ അസ്വസ്ഥതയ്ക്ക് കാരണമാകാം. ഇത്തരം അവസ്ഥകളിൽ പലപ്പോഴും രോഗലക്ഷണങ്ങളുമായി വരുന്ന കുട്ടികളുടെ മാതാപിതാക്കന്മാർക്കാവും ഉപദേശങ്ങളും മാർഗനിർദേശങ്ങളും വേണ്ടിവരിക.

പല ഘടകങ്ങളെ ആധാരമാക്കിയാണ് കുട്ടികളുടെ മനോരോഗനിർണയം നടത്തപ്പെടുന്നത്:

1. രോഗലക്ഷണങ്ങളുടെ തീവ്രത.
2. രോഗലക്ഷണങ്ങളുടെ ആവർത്തന സ്വഭാവം.
3. രോഗലക്ഷണങ്ങൾ പ്രകടമാകുന്ന പ്രായം.
4. രോഗലക്ഷണങ്ങൾ പ്രകടിപ്പിക്കുന്ന സ്ഥലം.
5. സാംസ്കാരികമായ പശ്ചാത്തലം
6. രോഗലക്ഷണങ്ങളുടെ വർധന.

നേരത്തേ പറഞ്ഞതുപോലെ സാധാരണയായി മുതിർന്നവരിൽ കാണുന്ന താഴെപ്പറയുന്ന മനോരോഗങ്ങളിൽ പലതും കുട്ടികളിലും കാണാറുണ്ട്:

- സ്കിസോഫ്രീനിയ
- വൈകാരികരോഗങ്ങൾ
- വിഷാദരോഗം
- മാനിയ
- ബൈപോളാർ രോഗം
- ഡിസ്തൈമിയ
- ലഹരിവസ്തുക്കളുടെ ഉപയോഗം
- ന്യൂറോട്ടിക് രോഗങ്ങൾ
- ജനറലൈസ്ഡ് ആങ്ക്സൈറ്റി ഡിസോർഡർ
- പാനിക് ഡിസോർഡർ
- ഫോബിയ
- ഒബ്സസീവ് കംപൽസീവ് ഡിസോർഡർ
- പോസ്റ്റ് ട്രോമാറ്റിക് സ്ട്രെസ്സ് ഡിസോർഡർ
- അക്യൂട്ട് സ്ട്രെസ്സ് ഡിസോർഡർ
- ശാരീരികരോഗങ്ങൾ കൊണ്ടുള്ള മാനസികപ്രശ്നങ്ങൾ.

എന്നാൽ ചിലതരം മാനസികരോഗങ്ങൾ കുട്ടിക്കാലത്തിൽ തുടങ്ങുകയോ അതോ കുട്ടികളിൽ മാത്രം കാണപ്പെടുകയോ ചെയ്യും. അവ ഇനി പറയുന്നവയാണ്:

- ബുദ്ധിമാന്ദ്യം (Mental Retardation)
- വ്യാപകമായ വളർച്ചാ വൈകല്യം (Pervasive Development Disorder)

- പ്രത്യേകമായ പഠന വൈകല്യങ്ങൾ (Specific Learning Disorders)
- ആശയവിനിമയ വൈകല്യങ്ങൾ (Communication Disorder)
- സ്വഭാവവൈകല്യങ്ങൾ (Behavioral Disorder)
- അറ്റൻഷൻ ഡെഫിസിറ്റ് ഹൈപ്പർആക്ടിവിറ്റി ഡിസോർഡർ (Attention Deficit Hyperactivity Disorder or ADHD)
- കോൺഡക്ട് ഡിസോർഡർ (Conduct Disorder)
- ഒപ്പൊസിഷണൽ ഡിഫയന്റ് ഡിസോർഡർ (Oppositional Defiant Disorder or ODD)
- ഫീഡിങ് ഡിസോർഡർ (Feeding Disorder)
- പൈക്കാ (Pica)
- റുമിനിയേഷൻ ഡിസോർഡർ (Ruminiation Disorder)
- എലിമിനേഷൻ ഡിസോർഡർ (Elimination Disorder)
- ഉറക്കപ്രശ്നങ്ങൾ
- വേർപാടുമൂലമുള്ള ആകാംക്ഷാ രോഗങ്ങൾ (Separation Anxiety Disorders)
- സെലക്ടീവ് മ്യൂട്ടിസം (Selective Mutism)

## കുഞ്ഞുങ്ങളിലെ സ്വഭാവവൈകല്യങ്ങളുടെ കാരണങ്ങൾ

- മാതാപിതാക്കന്മാരുടെ തെറ്റായ പെരുമാറ്റങ്ങൾ
- കുട്ടികളെ ശ്രദ്ധിക്കാതിരിക്കുക.
- അമിതമായി സംരക്ഷിക്കുക.
- ആവശ്യത്തിൽ കൂടുതൽ കുട്ടികളുടെ കാര്യത്തിൽ ഇടപെടുക.
- മാതാപിതാക്കന്മാർ തമ്മിലുള്ള സ്ഥിരമായ കലഹം
- വെപ്രാളസ്വഭാവമുള്ള മാതാപിതാക്കന്മാർ
- മാതാപിതാക്കളിൽ ഒരാളിൽനിന്നോ രണ്ടുപേരിൽനിന്നുമോ ഉള്ള വേർപാട്
- മോശപ്പെട്ട കുടുംബാന്തരീക്ഷം
- സുരക്ഷിതമല്ലാത്ത അവസ്ഥ
- ആകാംക്ഷാഭരിതമായ അവസ്ഥ
- വൈകാരികമായി അരക്ഷിതാവസ്ഥയുള്ള അന്തരീക്ഷം

## അറ്റൻഷൻ ഡെഫിസിറ്റ് ഹൈപ്പർ ആക്ടിവിറ്റി ഡിസോർഡർ (ADHD)

ചെയ്യുന്ന കാര്യത്തിൽ പൂർണമായി ശ്രദ്ധിക്കാൻ കഴിയാതെ വരിക, ശ്രദ്ധ തെന്നിപ്പോവുക, അമിതമായി ചലിച്ചുകൊണ്ടിരിക്കുക, അമിതാവേഗം കാണിക്കുക എന്നിവയാണ് ഈ രോഗാവസ്ഥയുടെ പ്രത്യേകതകൾ. പെൺകുട്ടികളെയപേക്ഷിച്ച് ആൺകുട്ടികളിലാണ് ഈ രോഗം കൂടു

തലായി കണ്ടുവരുന്നത്. സാധാരണയായി ഏഴു വയസിനു മുമ്പുതന്നെ ഈ രോഗലക്ഷണങ്ങൾ കണ്ടുതുടങ്ങാറുണ്ട്.

## ADHDയുടെ മറ്റു പ്രധാന രോഗലക്ഷണങ്ങൾ

### കുഞ്ഞായിരിക്കുമ്പോൾ

- തൊട്ടിലിൽ അടങ്ങി കിടക്കാതിരിക്കുക.
- എപ്പോഴും കരഞ്ഞുകൊണ്ടിരിക്കുക.
- വളരെ കുറച്ചു മാത്രം ഉറങ്ങുക.

### കുട്ടിക്കാലത്തും കൗമാരപ്രായത്തിലും

- മറ്റു കുട്ടികളെക്കാൾ കൂടുതൽ വേഗത്തിൽ പ്രതികരിക്കുക.
- ചിന്തിക്കാതെ ഓരോ കാര്യങ്ങൾ ചെയ്തു കൂട്ടുക.
- കളിക്കുമ്പോഴും സ്കൂളിലും തനിക്കായുള്ള അവസരം വരുന്നതു വരെയുള്ള ക്ഷമയില്ലായ്മ.
- ചെയ്തുകൊണ്ടിരിക്കുന്ന ഒരു കാര്യം പൂർത്തിയാകാതെ മറ്റൊന്നിലേക്കു ചാടാനുള്ള പ്രവണത.
- ഒരിടത്ത് ഇരിക്കാതെ എപ്പോഴും ചലിച്ചുകൊണ്ടിരിക്കുക.
- പെട്ടെന്ന് കരയുകയും ചിരിക്കുകയും ചെയ്യുന്നു.
- ആന്തരികമായ വെപ്രാളം.
- ബാഹ്യമായ കാര്യങ്ങളിൽ മനസ്സ് പെട്ടെന്ന് തെന്നിപ്പോകുന്നു.
- മറ്റു വ്യക്തികളുടെ കാര്യങ്ങളിൽ ആവശ്യമില്ലാതെ ഇടപെടുക.
- ശ്രദ്ധക്കുറവുമൂലം പല സാധനങ്ങളും നഷ്ടപ്പെടുത്തുക.
- ധാരാളം സംസാരിക്കുക.
- മറ്റുള്ളവർ പറയുന്നത് ശ്രദ്ധിക്കാനുള്ള ക്ഷമയില്ലായ്മ.
- തുടങ്ങിയ കാര്യങ്ങൾ ശരിയായി പൂർത്തിയാക്കാൻ സാധിക്കായ്ക.
- അപകടങ്ങളിൽ ചെന്നു ചാടാനുള്ള പ്രവണത.

## കോൺഡക്ട് ഡിസോർഡർ

ആവർത്തിച്ച് സ്ഥിരമായി മറ്റുള്ളവരുടെ അടിസ്ഥാന അവകാശങ്ങളെ നിഷേധിക്കലാണ് ഈ രോഗത്തിന്റെ പ്രധാന ലക്ഷണം. മറ്റു പ്രധാന ലക്ഷണങ്ങൾ ഇനിപ്പറയുന്നവയാണ്:

- വ്യക്തികളോടോ മൃഗങ്ങളോടോ ഉള്ള ക്രൂരത.
- വസ്തുവകകൾ നശിപ്പിക്കുക.
- മോഷ്ടിക്കുക.
- കള്ളം പറയുക.
- തീകൊണ്ടു കളിക്കുക.
- സ്കൂളിൽനിന്നോ വീട്ടിൽനിന്നോ ഒളിച്ചോടി പോവുക.
- മറ്റുള്ളവരെ വഞ്ചിക്കുക.

പലപ്പോഴും ഇത്തരം കുട്ടികൾ ലഹരിവസ്തുക്കളുടെ ഉപയോഗം, അവിഹിത ഗർഭങ്ങൾ, ചീത്ത കൂട്ടുകെട്ടുകൾ, ലൈംഗികരോഗങ്ങൾ, ആത്മഹത്യാശ്രമം എന്നിവയിലേക്കും തിരിയാനുള്ള പ്രവണത കാണിക്കാറുണ്ട്. 15 വയസിനുമുമ്പ് ഇത്തരം ലക്ഷണങ്ങൾ കാണിക്കുന്ന കുട്ടികളിൽ ആന്റിസോഷ്യൽ വ്യക്തിത്വവൈകല്യം ഉണ്ടാകാനുള്ള സാധ്യതയും ഏറെയാണ്.

## ഒപ്പൊസിഷണൽ ഡിഫയന്റ് ഡിസോർഡർ

നിഷേധാത്മകവും വൈരാഗ്യപൂർണവും ധിക്കാരപൂർണവുമായ സ്വഭാവമാണ് ഈ രോഗത്തിന്റെ ലക്ഷണം. സാധാരണയായി ആറു വയസു കഴിയുമ്പോഴാണ് ഈ രോഗം ആരംഭിക്കുന്നത്. കുട്ടി പെട്ടെന്ന് ദേഷ്യപ്പെടുകയും ധിക്കാരപൂർവം മറ്റുള്ളവരുടെ നിർദേശങ്ങളെ അവഗണിക്കുകയും അവരെ അലോസരപ്പെടുത്തുകയും തന്റെ കുറ്റങ്ങളുടെയും കുറവുകളുടെയും ഉത്തരവാദിത്വം മറ്റുള്ളവരിൽ ആരോപിക്കുകയും പെട്ടെന്ന് അസ്വസ്ഥനാവുകയും അതിയായ നീരസം പ്രകടിപ്പിക്കുകയും പകയോടെ പെരുമാറുകയും പ്രതികാരസ്വഭാവം കാട്ടുകയും ചെയ്യും.

## ഫീഡിങ് ഡിസോർഡർ

### പൈകാ

ഭക്ഷണയോഗ്യമല്ലാത്ത വസ്തുക്കൾ ആവർത്തിച്ച് കഴിക്കുന്ന സ്വഭാവമാണ് പൈകാ. കല്ല്, മണ്ണ്, ചെളി, മുടി, പേപ്പർ തുടങ്ങിയ എന്തും ഈ സ്വഭാവമുള്ള കുട്ടി കഴിക്കും. സാധാരണ രീതിയിൽ ഒരു പ്രായത്തിനുശേഷം മാറുന്ന സ്വഭാവമാണിത്. മുതിർന്നതിനുശേഷവും ഈ സ്വഭാവം കാണുകയാണെങ്കിൽ ചികിത്സ ആവശ്യമായേക്കാം.

### റുമിനേഷൻ

കഴിച്ച സാധനങ്ങൾ വീണ്ടും അയവിറക്കുന്ന സ്വഭാവത്തെയാണ് റുമിനേഷൻ എന്നു പറയുന്നത്. എന്നാൽ കുഞ്ഞിന് അത് അസ്വസ്ഥതയായി തോന്നുകയുമില്ല. 3–12 മാസം വരെയുള്ള കാലയളവിലാണ് ഈ രോഗം കണ്ടുവരാറുള്ളത്.

## എലിമിനേഷൻ ഡിസോർഡർ എന്യൂറസിസ്, എൻകോപ്രസിസ്

സാധാരണഗതിയിൽ കുട്ടികൾക്ക് മൂന്നുവയസാകുമ്പോഴേക്കും മലമൂത്രവിസർജനത്തിനുമേൽ ഒരു നിയന്ത്രണം കൈവരിക്കാനാകും. എന്നാൽ ചില അവസ്ഥകളിൽ ഈ നിയന്ത്രണം കുട്ടികൾക്ക് പൂർണമായി കൈവരിക്കാനാകില്ല.

ആഴ്ചയിൽ രണ്ടുതവണ വെച്ച് തുടർച്ചയായി മൂന്ന് ആഴ്ചകളിൽ ആവർത്തിച്ച് വസ്ത്രങ്ങളിൽ മൂത്രം ഒഴിക്കുകയാണ് എന്യൂറസിസിന്റെ

ലക്ഷണം. അഞ്ചു വയസിനു മുകളിൽ പ്രായമുള്ള കുട്ടികളിലാണ് ഈ രോഗം കണ്ടുവരാറുള്ളത്.

മാസത്തിൽ ഒരിക്കലെങ്കിലുംവെച്ച് ആവർത്തിച്ച് മൂന്നുമാസക്കാലമായി ആവർത്തിച്ച് അനുയോജ്യമായതല്ലാത്ത സ്ഥലങ്ങളിൽ മല വിസർജനം നടത്തുമ്പോഴാണ് എൻകോപ്രസിസ് എന്ന രോഗം സംശയിക്കപ്പെടുന്നത്.... നാലു വയസിനു മുകളിലാണ് ഈ രോഗം കണ്ടുവരുന്നത്.

ശരിയല്ലാത്ത വിസർജന പരിശീലനം, മൂത്രത്തിലെ രോഗാണുബാധ, വളർച്ചയിലെ താമസം, സഹോദരങ്ങളുമായുള്ള ശത്രുതാഭാവം (Sibling Rivalry), വൈകാരിക തകരാറുകൾ, ബുദ്ധിമാന്ദ്യം, കുട്ടികളിലെ സ്കിസോഫ്രീനിയ, ഓട്ടിസം, തൈറോയ്ഡ് ഗ്രന്ഥിയിലെ അപാകതകൾ എന്നിവയൊക്കെ ഈ രോഗാവസ്ഥയ്ക്ക് കാരണമാകാറുണ്ട്.

## സ്പെസിഫിക് ലേണിങ് ഡിസോർഡർ

അക്ഷരങ്ങൾ വായിക്കാനും എഴുതാനും കണക്കുകൂട്ടാനുമുള്ള ബുദ്ധിമുട്ടാണ് ഈ രോഗത്തിന്റെ ലക്ഷണം.

വായിക്കുമ്പോൾ വാക്കുകൾ വിട്ടുപോവുക, മാറിപ്പോവുക, ഒരു വാക്കിനു പകരം വേറൊരു വാക്കു വായിക്കുക, വായിക്കാൻ വിമുഖത കാണിക്കുക, വാക്കുകൾ തലതിരിച്ചു വായിക്കുക അല്ലെങ്കിൽ വളരെ പതുക്കെ വായിക്കുക എന്നിവയാണ് സ്പെസിഫിക് റീഡിങ് ഡിസോർഡർ അഥവാ ഡിസ്ലെക്സിയ (Specific Reading Disorder or Dyslexia) യുടെ ലക്ഷണങ്ങൾ. പലപ്പോഴും എഴുതാനും എഴുതുമ്പോൾ അക്ഷരങ്ങൾ മാറിപ്പോകാനുള്ള പ്രവണതയും ഈ കുട്ടികൾ കാണിക്കാറുണ്ട്.

കണക്കുകളുടെ എളുപ്പമുള്ള ആശയങ്ങൾപോലും മനസിലാക്കാനും കണക്കിലെ അടയാളങ്ങൾ ശരിയായ സ്ഥലത്ത് ഉപയോഗിക്കാനും കണക്കിന്റെ പട്ടികകൾ പഠിക്കാനും കണക്കു കൂട്ടാനുമൊക്കെയുള്ള ബുദ്ധിമുട്ടുകളാണ് സ്പെസിഫിക് അരിത്ത്മെറ്റിക് ഡിസോർഡർ (Specific Arithmetic Disorder) എന്ന അവസ്ഥയുടെ ലക്ഷണം.

## ഉറക്കത്തിലെ പ്രശ്നങ്ങൾ

ദുഃസ്വപ്നങ്ങൾ, ഉറക്കത്തിൽ നടത്തം, നൈറ്റ് ടെറേഴ്സ്, ഉറക്കത്തിലുള്ള പല്ലു കടിക്കൽ (ബ്രക്സിസം) തുടങ്ങിയവയാണ് കുട്ടികളിലെ ഉറക്കത്തിന്റെ പ്രധാന പ്രശ്നങ്ങൾ. ദുഃസ്വപ്നങ്ങൾ കാണുന്ന കുട്ടികൾ അത് നന്നായി ഓർത്തിരിക്കും. ദുഃസ്വപ്നത്തെക്കാൾ കൂടുതൽ ആകാംക്ഷയുമായെത്തുന്ന നൈറ്റ് ടെററുകളിൽ ഇത്തരത്തിൽ ഓർത്തെടുക്കാൻ കുട്ടിക്ക് കഴിഞ്ഞെന്നു വരില്ല. രാത്രിയുടെ ഒന്നാം പകുതിയിലാണ് സാധാരണയായി നൈറ്റ് ടെററുകൾ കാണാറുള്ളത്. ദുഃസ്വപ്നങ്ങളാകട്ടെ ഏതു സമയത്തും വരാം. ഉറക്കത്തിലെ നടത്തവും (Somnambulism) സാധാരണയായി രാത്രിയുടെ ആദ്യത്തെ മൂന്നിലൊന്നു ഭാഗത്താണ് കാണാറു

ള്ളത്. മാനസിക സംഘർഷങ്ങളും അമിതാകാംക്ഷയുമാണ് പലപ്പോഴും ഇതിന്റെ കാരണം.

## വേർപാടുമായി ബന്ധപ്പെട്ട ആകാംക്ഷാരോഗങ്ങൾ

ആൺകുട്ടികളിലും പെൺകുട്ടികളിലും ഒരുപോലെ കണ്ടുവരുന്ന ഒരു അവസ്ഥയാണിത്. സ്കൂൾ പ്രായത്തിനു മുമ്പു മുതൽ കൗമാര പ്രായത്തിനു മുമ്പുവരെയുള്ള പ്രായത്തിലാണ് ഈ ബുദ്ധിമുട്ട് കണ്ടു വരുന്നത്. പ്രധാനമായും വൈകാരികബന്ധമുള്ള വ്യക്തിയിൽനിന്നു വേർ പിരിയേണ്ടിവരുമ്പോൾ കുട്ടിക്ക് അതിയായ അസ്വസ്ഥതയും ആകാം ക്ഷയും ഉണ്ടാകുന്നു എന്നതാണ് ഈ അവസ്ഥയുടെ പ്രത്യേകത. ഇതു മൂലം പലപ്പോഴും കുട്ടി സ്കൂളിൽ പോകാൻ മടി കാണിക്കുകയും ഒറ്റയ് ക്കാകുന്ന അവസരങ്ങൾ ഒഴിവാക്കാൻ തത്രപ്പെടുകയും രാത്രി ഒറ്റയ്ക്ക് ഉറങ്ങാൻ വിമുഖത പ്രകടിപ്പിക്കുകയും ചെയ്യുന്നു. ഒറ്റയ്ക്കാകുമെന്ന് കരു തപ്പെടുന്ന അവസരങ്ങളിൽ ആവർത്തിച്ച് ശാരീരികരോഗലക്ഷണങ്ങൾ പ്രകടിപ്പിക്കുകയും ചെയ്യുന്നു.

## വ്യാപകമായ വളർച്ചാവൈകല്യങ്ങൾ

### ഓട്ടിസം

സാമൂഹ്യമായ ഇടപെടലുകളിലുള്ള അപാകതകൾ, ആശയവിനി മയങ്ങളിലുള്ള അപാകതകൾ, ഒരേപോലെ ആവർത്തിച്ചുള്ള ചില സ്വഭാവങ്ങളും ചലനങ്ങളും എന്നിവയൊക്കെയാണ് ഈ രോഗത്തിന്റെ പ്രത്യേകതകൾ. ഓട്ടിസം ഉള്ള കുട്ടികളിൽ ഏകദേശം 25 ശതമാനം പേർക്ക് സാമാന്യമോ തീവ്രമോ ആയ ബുദ്ധിമാന്ദ്യവും കണ്ടുവരാറുണ്ട്. ഓട്ടിസത്തിന്റെ മറ്റു പ്രധാനലക്ഷണങ്ങൾ ഇനിപ്പറയുന്നതാണ്:

1. പരിചിതരെ നോക്കി ചിരിക്കാതിരിക്കുക.
2. മറ്റുള്ളവരുടെ കണ്ണുകളിലേക്കു നോക്കാതിരിക്കുക.
3. ചുറ്റുമുള്ള മറ്റുള്ളവരുടെ സാന്നിധ്യം ശ്രദ്ധിക്കാതിരിക്കുക.
4. മാതാപിതാക്കന്മാരോട് അടുപ്പം ഇല്ലാതിരിക്കുക.
5. തനിച്ചിരുന്ന് കളിക്കാൻ താൽപ്പര്യം കാണിക്കുക.
6. സുഹൃത്തുക്കളെ ഉണ്ടാക്കാൻ ശ്രമിക്കാതിരിക്കുക.
7. അപകടങ്ങൾ വരുമ്പോൾ ഭയമില്ലാതെയിരിക്കുക.
8. ശബ്ദങ്ങളോട് വാക്കുകൊണ്ടോ മുഖഭാവംകൊണ്ടോ പ്രതികരിക്കാ തെയിരിക്കുക.
9. മറ്റുള്ളവരുമായി ശബ്ദങ്ങളിലൂടെ ആശയവിനിമയം നടത്താതിരി ക്കുക.
10. താമസിച്ച് സംസാരിക്കാൻ തുടങ്ങുക.

11. ആശയങ്ങൾ പൂർണമായി മനസിലാക്കാനുള്ള കഴിവില്ലായ്മ.
12. വ്യത്യസ്തമായ ചില പെരുമാറ്റങ്ങൾ, ചലനങ്ങൾ.
13. പലപ്പോഴും അമിതമായ ചലനങ്ങൾ.

അസ്പർഗേഴ്സ് ഡിസോർഡർ, പെൺകുട്ടികളിൽ മാത്രം കാണുന്ന റെറ്റ്സ് ഡിസോർഡർ എന്നിവ ഈ രോഗത്തിന്റെ വകഭേദങ്ങളാണ്.

## സെലക്ടീവ് മ്യൂട്ടിസം

ഈ അവസ്ഥയിൽ പലപ്പോഴും വീട്ടിൽ വെച്ച് സാധാരണയായി സംസാരിക്കുന്ന കുട്ടി സ്കൂളിൽവെച്ചോ അപരിചിതരുടെ മുന്നിൽവെച്ചോ സംസാരിക്കാതെയാകുന്നു. പെൺകുട്ടികളിലാണ് ഇത് സാധാരണയായി കാണുന്നത്. പലപ്പോഴും സമൂഹത്തിനെ നേരിടേണ്ടി വരുമ്പോഴുള്ള അമിതമായ ആകാംക്ഷ, ഒറ്റപ്പെട്ടിരിക്കാനുള്ള പ്രവണത എന്നിവയൊക്കെ ഈ കുട്ടികളിൽ കാണാറുണ്ട്.

## മറ്റു സ്വഭാവവൈകല്യങ്ങൾ

നഖം കടിക്കുക, വിരൽ കുടിക്കുക, തലമുടി പിഴുതെടുക്കുക, ദേഷ്യം വരുമ്പോൾ തല ശക്തിയായി ചുവരിൽ ഇടിക്കുക, സ്വയംഭോഗം, പല്ലു കടിക്കുക, മൂക്കിൽ വിരലിടുക, ശരീരം പ്രത്യേക രീതിയിൽ ആട്ടിക്കൊണ്ടിരിക്കുക, തീവ്രമായ വികാരങ്ങൾ വരുമ്പോൾ ശ്വാസം നിന്നുപോവുക എന്നിവയൊക്കെ കുട്ടികളിൽ കണ്ടുവരാറുള്ള മറ്റു സ്വഭാവവൈകല്യങ്ങളാണ്. ഒരു പ്രായത്തിനുശേഷവും ഇവ നീണ്ടുനിൽക്കുകയാണെങ്കിൽ ബിഹേവിയറൽ ചികിത്സയിലൂടെ ഇവ മാറ്റിയെടുക്കേണ്ടതാണ്.

## സ്ഥിരമായി സ്കൂളിൽ പോകാൻ മടി കാണിക്കുന്ന കുട്ടികൾ

കുട്ടികൾ സ്കൂളിൽ പോകാതിരിക്കാൻ പല അടവുകളും പ്രയോഗിക്കാറുണ്ടെന്ന് നമുക്കറിയാമല്ലോ. സ്കൂളിൽ പോകാൻ സമയമാകുമ്പോൾ സ്കൂളിൽ പോകുന്നില്ലെന്നു പറഞ്ഞ്, അകാരണമായി വാശി പിടിച്ച് കരയുന്ന കുട്ടികളെ നാം കണ്ടിട്ടുണ്ടാവും. സ്ഥിരമായി സ്കൂളിൽ പോകാൻ മടിക്കുന്ന കുട്ടികളെപ്പറ്റിയാണ് ഈ ഭാഗത്ത് ഉദ്ദേശിക്കുന്നത്. പലപ്പോഴും കുട്ടി സ്കൂളിൽ പോകാൻ സമയമാകുമ്പോൾ തലവേദന, ഓക്കാനം, വയറുവേദന, നെഞ്ചിടിപ്പ് തുടങ്ങിയ ശാരീരിക ലക്ഷണങ്ങളാവും കാണിക്കുക. ചിലപ്പോഴെങ്കിലും കുട്ടികൾ ആത്മഹത്യാ ഭീഷണിയും മുഴക്കിയേക്കാം.

പലപ്പോഴും മറ്റു കുട്ടികളെ അഭിമുഖീകരിക്കാനുള്ള നാണം, കുടുംബബന്ധങ്ങളിലെ അപാകതകൾ, മാതാപിതാക്കളിലെ മനോരോഗങ്ങൾ, ധാരാളം ആളുകളുള്ള സന്ദർഭങ്ങൾ ഒഴിവാക്കാനുള്ള ശ്രമം, കൂട്ടുകാരുമായി ഒത്തുപോകാനുള്ള ബുദ്ധിമുട്ട്, മാതാപിതാക്കളിൽനിന്നും ലഭി

ക്കുന്ന അമിതസംരക്ഷണം, മറ്റു കുട്ടികളിൽനിന്നുള്ള ഉപദ്രവം, യാത്ര ചെയ്യാനുള്ള ഭയം, ഏതെങ്കിലും അധ്യാപകനോടോ വിഷയത്തോടോ ഉള്ള താൽപ്പര്യക്കുറവോ ഭയമോ, ചിലതരം പഠനവൈകല്യങ്ങൾ എന്നിവ യൊക്കെ കുട്ടികൾ സ്കൂളിൽ പോകാൻ മടി കാണിക്കുന്നതിനുള്ള കാര ണങ്ങളാവാം.

പല പ്രായങ്ങളിൽ പലതാണ് കുട്ടികൾ സ്കൂളിൽ പോകാൻ മടി കാണിക്കുന്നതിന്റെ കാരണം.

5–6 വയസുകളിൽ മാതാപിതാക്കളിൽനിന്നും വിട്ടുമാറുന്നതിനെക്കുറിച്ചുള്ള അമിതമായ ആകാംക്ഷ.

11–12 വയസുകളിൽ സ്കൂൾ മാറ്റം, അധ്യാപകരുമായി പൊരുത്തപ്പെടാനുള്ള ബുദ്ധിമുട്ടുകൾ.

14–16 വയസുകളിൽ വിഷാദരോഗം

പലപ്പോഴും കുട്ടിയുടെ സ്കൂളിലെ അധ്യാപകരുമായുള്ള ആശയ വിനിമയം കുട്ടിയുടെ സ്വഭാവത്തിനുള്ള യഥാർഥ കാരണം കണ്ടുപിടി ക്കാൻ ഏറെ സഹായിക്കും.

**ചികിത്സകൾ**

മുതിർന്നവരിലെ മനോരോഗങ്ങളെയപേക്ഷിച്ച് മരുന്നുകൾ കുറച്ചു മാത്രമേ കുട്ടികളിൽ ഉപയോഗിക്കപ്പെടാറുള്ളൂ. മുതിർന്നവരിലെ മനോ രോഗങ്ങളെയപേക്ഷിച്ച് കുട്ടികളിലെ രോഗങ്ങളുടെ ചികിത്സ കുറെക്കൂടി ബുദ്ധിമുട്ടുള്ളതുമാണ്. അതുകൊണ്ടുതന്നെ ചികിത്സയെപ്പറ്റി കൂടുത ലായി ഈ പുസ്തകത്തിൽ പ്രതിപാദിച്ചിട്ടില്ല. രോഗലക്ഷണങ്ങൾ കണ്ടാ ലുടൻ തന്നെ ഒരു മനോരോഗചികിത്സകനെ കാണുകയും അദ്ദേഹത്തി ന്റെ ഉപദേശപ്രകാരം മരുന്നുകൾ ഉപയോഗിച്ചോ മനഃശാസ്ത്രപരമായ ചികിത്സകൾ വഴിയോ പരിഹാരം തേടുകയുമാണു വേണ്ടത്.

താഴെപ്പറയുന്ന മനഃശാസ്ത്രപരമായ ചികിത്സാരീതികളാണ് കുട്ടി കളിൽ കൂടുതലായി ഉപയോഗിക്കപ്പെടുന്നത്.

- ഫാമിലി തെറാപ്പി
- ബിഹേവിയറൽ ചികിത്സ
- സാമൂഹ്യനിപുണതാ പരിശീലനം
- ഔഷധചികിത്സ

ഇതോടൊപ്പംതന്നെ പ്രശംസ, സമ്മാനങ്ങൾ തുടങ്ങിയവയിലൂടെ കുട്ടിയുടെ നല്ല സ്വഭാവങ്ങൾ വളർത്തിയെടുക്കുകയും ആവർത്തിച്ച് നൽ കുന്ന നിർദേശങ്ങളിലൂടെയും കുട്ടിക്കു കിട്ടുന്ന പ്രത്യേക പരിഗണനകൾ നീക്കം ചെയ്തോ വെറുപ്പുണ്ടാക്കുന്ന ചില കാര്യങ്ങളിൽക്കൂടിയോ നല്ല തല്ലാത്ത സ്വഭാവങ്ങൾ നീക്കം ചെയ്യുകയും വേണം.

# 26

# ബുദ്ധിമാന്ദ്യം

## എന്താണ് ബുദ്ധി?

**പ്ര**ശ്നങ്ങൾ പരിഹരിക്കാനും പുതിയ കാര്യങ്ങൾ മനസിലാക്കാനും പഠിക്കാനും ഭൂതകാലത്തിലെ കാര്യങ്ങൾ ഓർമിക്കാനും പുതിയ സാഹചര്യങ്ങളുമായി ഒത്തുപോകാനും ഉള്ള ഒരു വ്യക്തിയുടെ കഴിവുകളെയാണ് ബുദ്ധി എന്ന ഒറ്റ വാക്കിലൂടെ സൂചിപ്പിക്കുന്നത്. ഈ പറഞ്ഞ കാര്യങ്ങളെല്ലാം സാധിക്കുന്നത് മസ്തിഷ്കത്തിന്റെ പ്രവർത്തനത്തിലൂടെയാണ്.

ബുദ്ധിമാന്ദ്യത്തെപ്പറ്റി പറയുന്നതിനുമുമ്പ് കുട്ടികളിലെ സാധാരണ വളർച്ചയിലെ നാഴികക്കല്ലുകളെപ്പറ്റി അറിയേണ്ടത് വളരെ ആവശ്യമാണ്. സാധാരണരീതിയിൽ ഒരു കുഞ്ഞിന് താഴെപ്പറയുന്ന വളർച്ചകളാണ് കാണേണ്ടത്:

## കുട്ടികളിലെ പ്രധാനപ്പെട്ട വളർച്ചയുടെ നാഴികക്കല്ലുകൾ

### അത്യന്തം പ്രകടമായ ചലനങ്ങൾ – കുട്ടിക്ക് സ്വന്തം ശരീരത്തിന്മേലുള്ള നിയന്ത്രണം

| | | |
|---|---|---|
| 3 മാസം | – | കഴുത്ത് ഉറയ്ക്കുക. |
| 5 മാസം | – | സഹായത്തോടുകൂടി ഇരിക്കുന്നു. |
| 8 മാസം | – | സഹായമില്ലാതെ ഇരിക്കുന്നു. |
| 9 മാസം | – | സഹായത്തോടുകൂടി നിൽക്കുന്നു. |
| 10 മാസം | – | സഹായത്തോടുകൂടി നടക്കുന്നു. |
| 11 മാസം | – | ഇഴയുന്നു. |

12 മാസം – സഹായമില്ലാതെ നിൽക്കുന്നു.
13 മാസം – സഹായമില്ലാതെ നടക്കുന്നു.
18 മാസം – ഓടുന്നു.
2 വർഷം – പടികൾ കയറുന്നു.

### പ്രകടമല്ലാത്ത ചലനങ്ങൾ – കൈകളും കണ്ണുകളും വായയും തമ്മിലുള്ള പരസ്പരബന്ധം; കൈകൾകൊണ്ട് പ്രവൃത്തികൾ ചെയ്യാനുള്ള കഴിവുകൾ

4 മാസം – കൈയിൽ വെച്ചുകൊടുക്കുന്ന സാധനങ്ങൾ പിടിക്കുന്നു.
5 മാസം – വസ്തുക്കളെ രണ്ടു കൈയുംകൊണ്ട് എത്തിപ്പിടിക്കുന്നു.
7 മാസം – കൈപ്പത്തികൊണ്ട് വസ്തുക്കളെ പിടിക്കുന്നു.
9 മാസം – ചൂണ്ടുവിരലും തള്ളവിരലുംകൊണ്ട് വസ്തുക്കളെ പിടിച്ചെടുക്കുന്നു.

### ഭാഷയുടെ വളർച്ചയിലെ നാഴികക്കല്ലുകൾ

1 മാസം – ശബ്ദംകേട്ട് തല തിരിക്കുന്നു.
3 മാസം – കൂവുന്നു.
6 മാസം – ഒറ്റയക്ഷരങ്ങൾ പറയുന്നു (മാ, ബാ)
9 മാസം – ഇരട്ടയക്ഷരങ്ങൾ പറയുന്നു (മാമാ, ബാബാ)
12 മാസം – അർഥമുള്ള രണ്ടു വാക്കുകൾ പറയാൻ കഴിയുന്നു.
18 മാസം – അർഥമുള്ള പത്തോളം വാക്കുകൾ പറയാൻ കഴിയുന്നു.
2 വർഷം – ലളിതമായ വാചകങ്ങൾ പറയുന്നു.

### വ്യക്തിപരവും സാമൂഹ്യവുമായ വളർച്ചയിലെ നാഴികക്കല്ലുകൾ

2 മാസം – മറ്റുള്ളവരെ നോക്കി ചിരിക്കുന്നു.
3 മാസം – അമ്മയെ തിരിച്ചറിയുന്നു.
6 മാസം – കണ്ണാടിയിൽ കാണുന്ന പ്രതിരൂപം നോക്കി ചിരിക്കുന്നു.
9 മാസം – ബൈ–ബൈ പറയുന്നു.
12 മാസം – ചെറിയ പന്തു തട്ടിക്കളിക്കുന്നു.
3 വർഷം – താൻ ആൺകുട്ടിയോ പെൺകുട്ടിയോ എന്നു തിരിച്ചറിയുന്നു.

18 വയസിനു മുൻപേ തുടങ്ങുന്ന പൊതുവായ ബുദ്ധിക്കുറവും സാഹചര്യങ്ങൾക്കനുസരിച്ചുള്ള ദൈനംദിന കാര്യങ്ങൾ ചെയ്യുവാനുള്ള കഴിവില്ലായ്മയുമാണ് ബുദ്ധിമാന്ദ്യത്തിന്റെ പ്രധാന ലക്ഷണങ്ങൾ. ഒരു വ്യക്തിയുടെ മാനസികവും കാലാനുക്രമവുമായ പ്രായങ്ങൾ കണക്കിലെടുത്ത് തിട്ടപ്പെടുത്തുന്ന ഐ ക്യൂ (IQ - Intelligence Quotient) ആണ്

ബുദ്ധിമാന്ദ്യത്തിന്റെ അളവുകോൽ. ഐ ക്യൂ അനുസരിച്ച് ബുദ്ധിമാന്ദ്യത്തെ നാലായി തരംതിരിക്കാം.

| ഐ ക്യൂ | ബുദ്ധിമാന്ദ്യം |
|---|---|
| 50–70 | ലഘുവായത് |
| 35–49 | സാമാന്യമായത് |
| 20–34 | ഗുരുതരമായത് |
| 20ൽ താഴെ | അതിഗുരുതരമായത് |

വിദേശരാജ്യങ്ങളിൽ 100ൽ ഒരു കുട്ടിക്ക് ബുദ്ധിമാന്ദ്യമുണ്ടെന്നു കണക്കാക്കപ്പെടുമ്പോൾ ഇന്ത്യയിലെ കണക്കുകളനുസരിച്ച് 100 കുട്ടികളിൽ ഏഴു പേർ ബുദ്ധിമാന്ദ്യമുള്ളവരാണെന്ന് കണക്കാക്കപ്പെടുന്നു. പെൺകുട്ടികളെക്കാൾ ആൺകുട്ടികളിൽ ബുദ്ധിമാന്ദ്യത്തിന്റെ തോത് നേരിയ തോതിൽ കൂടുതലാണ്. ബുദ്ധിമാന്ദ്യത്തോടൊപ്പം പലപ്പോഴും കേൾവിക്കുറവ്, കാഴ്ചക്കുറവ് തുടങ്ങിയ ശാരീരികമായ അവശതകളും അറ്റൻഷൻ ഡെഫിസിറ്റ് ഹൈപ്പർ ആക്ടിവിറ്റി ഡിസോർഡർ, കോൺഡക്ട് ഡിസോർഡർ, ഓട്ടിസം തുടങ്ങിയ മനോരോഗങ്ങളും കണ്ടുവരാറുണ്ട്.

ബുദ്ധിമാന്ദ്യം ഒരു രോഗമല്ല, മറിച്ച് പല പല കാരണങ്ങൾ കൊണ്ടുണ്ടാകുന്ന ഒരു അവസ്ഥയാണ്.

## എന്തൊക്കെയാണ് ബുദ്ധിമാന്ദ്യത്തിന്റെ കാരണങ്ങൾ?

1. ജനിതകമായ കാരണങ്ങൾ.
2. പ്രസവത്തിനുമുമ്പ് രോഗാണുബാധയും വിഷവസ്തുക്കളും ഉള്ളിലേക്കെത്തുന്നതിനും ഇടയാവുക.
3. പ്രസവസമയത്ത് കുഞ്ഞിന് ഏൽക്കുന്ന ക്ഷതങ്ങൾ.
4. സാമൂഹ്യവും സാംസ്കാരികവുമായ കാരണങ്ങൾ.
5. അന്തരീക്ഷപരമായ കാരണങ്ങൾ

പലപ്പോഴും ഒന്നിലേറെ കാരണങ്ങളാണ് ഒരു വ്യക്തിയിൽ ബുദ്ധിമാന്ദ്യം ഉണ്ടാകുവാൻ കാരണം.

### ബുദ്ധിമാന്ദ്യം — കാരണം

ലഘുവായത് – പകുതി പേരിൽ കാരണം കണ്ടുപിടിക്കാനാകും.
ഗുരുതരമായത് – നാലിൽ മൂന്നുപേരിൽ കാരണം കണ്ടുപിടിക്കാനാകും.

## ബുദ്ധിമാന്ദ്യത്തിന്റെ ജനിതക കാരണങ്ങൾ

1. ഡൗൺ'സ് സിൻഡ്രോം അഥവാ മങ്കോളിസം.
2. ഫ്രജൈൽ എക്സ് സിൻഡ്രോം.
3. റെറ്റ്'സ് ഡിസോർഡർ.
4. ന്യൂറോഫൈബ്രോമറ്റോസിസ്.
5. റ്റ്യൂബറസ് സ്ക്ലീറോസിസ്.

6. ഫിനൈൽ കീറ്റോണ്യൂറിയ.
7. ലെഷ് നൈഹാൻ സിൻഡ്രോം.

## ഡൗൺ'സ് സിൻഡ്രോം (Down's Syndrome)

ബുദ്ധിമാന്ദ്യത്തിന്റെ വളരെ സാധാരണമായി കണ്ടുവരുന്ന ഒരു കാരണമാണ് ഡൗൺ സിൻഡ്രോം അഥവാ മങ്കോളിസം. 35 വയസു കഴിഞ്ഞ സ്ത്രീകൾക്കുണ്ടാകുന്ന കുഞ്ഞുങ്ങൾക്ക് ഡൗൺ സിൻഡ്രോം ഉണ്ടാകാനുള്ള സാധ്യത കൂടുതലാണ്. 50 വയസു കഴിഞ്ഞ സ്ത്രീകളിലാകട്ടെ 50ൽ ഒരാൾ എന്ന നിരക്കിൽ ഡൗൺ സിൻഡ്രോം കണ്ടുവരാറുണ്ട്. ശാരീരികമായ ധാരാളം അടയാളങ്ങൾ ഈ അവസ്ഥയിൽ ബാധിതനായ കുട്ടിയിൽ കാണാൻ കഴിയും. ജന്മനായുള്ള ഹൃദ്രോഗം, തൈറോയ്ഡ് ഗ്രന്ഥിയുടെ പ്രവർത്തനക്കുറവ്, ചെവിയിലെ രോഗാണുബാധ, അൾഷീമർ ഡിമെൻഷ്യ, അപസ്മാരം, വന്ധ്യത, രക്താർബുദങ്ങൾ എന്നിവയ്ക്ക് ഡൗൺ സിൻഡ്രോം ഉള്ള കുട്ടികളിൽ സാധ്യത കൂടുതലാണ്.

## ഗർഭകാലവുമായി ബന്ധപ്പെട്ട ബുദ്ധിമാന്ദ്യത്തിന്റെ കാരണങ്ങൾ

1. അമ്മയ്ക്കുണ്ടാകുന്ന രോഗാണുബാധകൾ – റുബെല്ല, സിഫിലിസ്, എയ്ഡ്സ് തുടങ്ങിയവ.
2. അമ്മമാരിലുള്ള മദ്യത്തിന്റെയും മറ്റു ലഹരിമരുന്നുകളുടെയും ഉപയോഗം.

കുട്ടിയുടെ ബുദ്ധിമാന്ദ്യത്തിനുള്ള കാരണം കണ്ടുപിടിക്കാനുള്ള ശ്രമങ്ങളാണ് ആദ്യമായി ഡോക്ടർമാർ ചെയ്യുക. ഇതിനായി കുടുംബപശ്ചാത്തലത്തെപ്പറ്റിയും ഗർഭകാലത്തെപ്പറ്റിയുമുള്ള വിശദമായ കാര്യങ്ങൾ അറിയേണ്ടതായി വരും. മാത്രമല്ല, വിശദമായ ശാരീരിക പരിശോധനയും ന്യൂറോളജിക്കൽ പരിശോധനയുമൊക്കെ ആവശ്യമായി വരും.

## ലഘുവായ ബുദ്ധിമാന്ദ്യം

ബുദ്ധിമാന്ദ്യമുള്ള കുട്ടികളിൽ 85–90 ശതമാനം പേർക്കും ലഘു ബുദ്ധിമാന്ദ്യമാണ് കാണുക. സാധാരണ ഒരു പ്രായത്തിൽ കാണേണ്ട ബുദ്ധിപരമായ കഴിവുകളുടെ പകുതിയിൽ കൂടുതൽ എന്നാൽ മുക്കാൽ ഭാഗത്തിൽ കുറവ് മാത്രമാണ് ലഘുബുദ്ധിമാന്ദ്യമുള്ള കുട്ടികളിൽ കാണുക. ഉദാഹരണത്തിന് എട്ടു വയസുള്ള ഒരു കുട്ടിയുടെ സ്വഭാവം 4–5 വയസുള്ള കുട്ടിയുടേതു മാത്രമായിരിക്കും. അഞ്ചു വയസിനു മുൻപുള്ള പ്രായത്തിലെ ഇവരുടെ വളർച്ച മറ്റു കുട്ടികളുടെ വളർച്ചയിൽനിന്നും വ്യത്യസ്തമായിരിക്കില്ല. എന്നാൽ ഉയർന്ന ക്ലാസിലേക്കെത്തും തോറും ഇവരിലെ ചെറിയ ചെറിയ കഴിവില്ലായ്മകൾ കൂടുത

ലായി പ്രകടമായിക്കൊണ്ടിരിക്കും. പലപ്പോഴും പത്താം ക്ലാസിനു മുൻപു തന്നെ ഇവർ ഒന്നിലേറെ തവണ തോൽവി അനുഭവിക്കും. അതിയായ സംഘർഷാവസ്ഥകൾ വരുമ്പോഴോ അല്ലെങ്കിൽ എന്തെങ്കിലും രോഗാവസ്ഥകൾ വരുമ്പോഴോ മാത്രമാണ് ഇവർക്ക് പരസഹായം വേണ്ടിവരിക.

## സാമാന്യമായ ബുദ്ധിമാന്ദ്യം

ബുദ്ധിമാന്ദ്യമുള്ള കുട്ടികളിൽ 10 ശതമാനം പേർക്ക് സാമാന്യമായ ബുദ്ധിമാന്ദ്യമാണ് കാണുക. ഈ കുട്ടികൾക്ക് സാധാരണ ഒരു പ്രായത്തിൽ കാണേണ്ട ബുദ്ധിപരമായ കഴിവുകളുടെ കാൽഭാഗത്തിൽ കൂടുതൽ എന്നാൽ പകുതിഭാഗത്തിൽ കുറവുമാത്രം കഴിവുകളാണ് കാണുക. ചെറുപ്രായത്തിൽ ഇവർക്ക് സംസാരിക്കാൻ സാധിക്കുമെങ്കിലും പലപ്പോഴും പൊതുസമൂഹവുമായി ഇഴുകിച്ചേരാനുള്ള വലിയ കഴിവൊന്നും ഇവർക്കു കാണില്ല. വളരെ നേരത്തേ തന്നെ പലപ്പോഴും ഇവർ പഠനം മതിയാക്കാറാണു പതിവ്. വലിയ തോതിലുള്ള നിപുണത വേണ്ടാത്ത അല്ലെങ്കിൽ ആരുടെയെങ്കിലും മേൽനോട്ടത്തിൽ ചെയ്യാവുന്ന തൊഴിലുകളിൽ ഇവർക്ക് പ്രത്യേക പരിശീലനം നൽകാൻ സാധിക്കും. ചെറിയ തോതിലുള്ള സംഘർഷാവസ്ഥകൾപോലും ഇവരെ അസ്വസ്ഥരാക്കും.

## ഗുരുതരമായ ബുദ്ധിമാന്ദ്യം

സാധാരണ ഒരു പ്രായത്തിൽ കാണേണ്ട ബുദ്ധിപരമായ കഴിവുകളുടെ കാൽഭാഗത്തിൽ കുറവു മാത്രം കഴിവുകളാണ് ഈ കുട്ടികളിൽ കാണാനാവുക. പലപ്പോഴും ഗുരുതരമായ ബുദ്ധിമാന്ദ്യം വളരെ നേരത്തേ തന്നെ തിരിച്ചറിയപ്പെടുന്നു. വളർച്ചയുടെ പല നാഴികക്കല്ലുകളും വളരെ താമസിച്ചായിരിക്കും ഇക്കൂട്ടർ പിന്നിടുക. സ്വന്തം കാര്യങ്ങൾ നോക്കാനുള്ള പരിശീലനവും അത്യാവശ്യം ആശയങ്ങൾ കൈമാറാനുള്ള പരിശീലനവുമാണ് ഇവർക്ക് നൽകാനാവുക. ഇവരുടെ പ്രവൃത്തികൾക്ക് വളരെ സൂക്ഷ്മമായ മേൽനോട്ടം ആവശ്യമാണ്.

## അതിഗുരുതരമായ ബുദ്ധിമാന്ദ്യം

ബുദ്ധിമാന്ദ്യമുള്ള കുട്ടികളിൽ 1–2 ശതമാനം പേർക്ക് അതിഗുരുതരമായ ബുദ്ധിമാന്ദ്യമാണ് കാണുക. ഇവർക്ക് ജീവിതത്തിന് മറ്റുള്ളവരുടെ സഹായമില്ലാതെ പറ്റില്ല തന്നെ.

## ബുദ്ധിമാന്ദ്യം എങ്ങനെയാണ് കണ്ടുപിടിക്കപ്പെടുന്നത്?

നാലു കാര്യങ്ങളാണ് ഒരു കുട്ടിയുടെ ബുദ്ധിമാന്ദ്യം കണ്ടുപിടിക്കുന്നതിനുവേണ്ടി ഡോക്ടർമാർ ചെയ്യുന്നത്.

1. കുട്ടിയുടെ മാതാപിതാക്കന്മാരുമായി കുട്ടിയുടെ വളർച്ചയുടെ വിവിധ ഘട്ടങ്ങളിലുള്ള കാര്യങ്ങളെപ്പറ്റി ആരായുക.

2. കുട്ടിയുടെ സ്വഭാവവും ശാരീരിക പ്രത്യേകതകളും നിരീക്ഷിക്കുക.
3. കുട്ടിയെ ഒരു ബുദ്ധി പരിശോധനയ്ക്കു വിധേയനാക്കുക.
4. സാഹചര്യങ്ങൾക്കനുസരിച്ചുള്ള ദൈനംദിനകാര്യങ്ങൾ കുട്ടിക്ക് ചെയ്യാൻ കഴിയുന്നുണ്ടോ എന്ന് തിട്ടപ്പെടുത്തുക.

**ബുദ്ധിമാന്ദ്യത്തിന് ചികിത്സയുണ്ടോ?**

പലപ്പോഴും ബുദ്ധിമാന്ദ്യം ഉള്ള ഒരു കുട്ടിക്ക് ആ കുട്ടിയുടെ വളർച്ചയ്ക്കനുസരിച്ചുള്ള സഹായം നൽകാൻ നമുക്കാവും. പ്രഥമ, ദ്വിതീയ, തൃതീയ തലങ്ങളിലുള്ള പ്രതിരോധമാർഗങ്ങളാണ് ബുദ്ധിമാന്ദ്യത്തിന് പ്രധാനമായി നൽകാനാവുക.

1. **പ്രഥമതല പ്രതിരോധം (ആരോഗ്യസംരക്ഷണവും പ്രത്യേക നടപടികളും)**
   - പോഷകാഹാരക്കുറവ്, വളർച്ചയെത്താത്ത ജനനങ്ങൾ എന്നിവ കുറയ്ക്കുന്നതിലൂടെയും പ്രസവസംരക്ഷണം കൂടുതൽ നന്നാക്കിയും നമുക്ക് സമൂഹത്തിന്റെ ജീവിതനിലവാരം വർധിപ്പിക്കാം.
   - ബുദ്ധിമാന്ദ്യത്തെക്കുറിച്ചുള്ള തെറ്റിദ്ധാരണകൾ നീക്കം ചെയ്യുന്നതിനായി സമൂഹത്തിൽ ബോധവൽക്കരണപരിപാടികൾ സംഘടിപ്പിക്കാം.
   - പ്രതിരോധകുത്തിവയ്പ്പുകൾ എടുക്കുന്നത് കൂടുതൽ ശക്തിപ്പെടുത്താം.
   - ബുദ്ധിമാന്ദ്യത്തെക്കുറിച്ചുള്ള ഗവേഷണപരിപാടികൾ കൂടുതൽ ഊർജസ്വലമാക്കാം.
   - ബുദ്ധിമാന്ദ്യമുള്ള കുഞ്ഞുണ്ടാകാൻ സാധ്യതയുള്ള മാതാപിതാക്കന്മാർക്ക് ജനിതക കൗൺസിലിങ് നൽകാം.
2. **ദ്വിതീയതല പ്രതിരോധം (നേരത്തേയുള്ള രോഗനിർണയവും ചികിത്സയും)**
   - ചികിത്സിച്ചു മാറ്റാനാകുന്ന ബുദ്ധിമാന്ദ്യത്തിന്റെ കാരണങ്ങൾ നേരത്തേ കണ്ടുപിടിക്കുകയും ചികിത്സിക്കുകയും ചെയ്യുക (ഉദാ: ഫിനൈൽ കീറ്റോണ്യൂറിയ, ഹൈപോതൈറോയ്ഡിസം).
   - പലപ്പോഴും ബുദ്ധിമാന്ദ്യം ഉണ്ടെങ്കിൽ തന്നെ നേരത്തേ കണ്ടുപിടിക്കുകയാണെങ്കിൽ പുനരധിവാസകാര്യങ്ങൾ നല്ല രീതിയിൽ നടപ്പാക്കാൻ സാധിക്കും.
   - കഴിയുന്നതും ബുദ്ധിമാന്ദ്യമുള്ള കുട്ടികളെ പൊതുസമൂഹത്തിൽ ഇഴുകിച്ചേരാൻ സഹായിക്കുകയാണ് വേണ്ടത്.
3. **തൃതീയതല പ്രതിരോധം (ബുദ്ധിമാന്ദ്യം മൂലമുള്ള അവശതകൾക്ക് സഹായം നൽകുക)**
   - ബുദ്ധിമാന്ദ്യം കാരണമോ ബുദ്ധിമാന്ദ്യത്തോടൊപ്പമുള്ളതോ ആയ മനഃശാസ്ത്ര പ്രശ്നങ്ങൾ ചികിത്സിക്കുക.
   - മാതാപിതാക്കന്മാർക്കുള്ള കൗൺസിലിങ്.

- 1995ൽ നിലവിൽ വന്ന വികലാംഗ നിയമം ബുദ്ധിമാന്ദ്യമുൾപ്പെടെയുള്ള വികലാംഗത്വമുള്ളവർക്ക് ബുദ്ധിമാന്ദ്യം നേരത്തേ കണ്ടുപിടിക്കുന്നതിനും പ്രതിരോധ പ്രവർത്തനങ്ങൾക്കും ചികിത്സയ്ക്കും തൊഴിൽ സഹായങ്ങൾക്കുമൊക്കെയുള്ള സഹായം വാഗ്ദാനം ചെയ്യുന്നു.
- 1999ൽ നിലവിൽ വന്ന നാഷണൽ ട്രസ്റ്റ് ആക്ട് ബുദ്ധിമാന്ദ്യമുള്ള കുട്ടികളുടെ രക്ഷിതാക്കൾക്കും സന്നദ്ധസംഘടനകൾക്കും ബുദ്ധിമാന്ദ്യമുള്ള കുട്ടികൾക്കായി സേവനങ്ങളും സൗകര്യങ്ങളും നൽകുന്നതിലുള്ള പങ്കിനെപ്പറ്റിയും അതിൽ സർക്കാരിനുള്ള പങ്കിനെപ്പറ്റിയും പ്രത്യേകം പരാമർശിക്കുന്നു.

**ശ്രദ്ധിക്കുക**

ബുദ്ധിമാന്ദ്യം ഒരു രോഗമല്ല. മറിച്ച് പല പല കാരണങ്ങൾ കൊണ്ടുണ്ടാകുന്ന ഒരു അവസ്ഥയാണിത്.

# 27

# പ്രസവാനന്തര മനോരോഗങ്ങൾ
## (Postpartum Psychiatric Disorders)

പ്രസവത്തിനുശേഷമുള്ള ആദ്യത്തെ നാലു മുതൽ ആറ് ആഴ്ചകൾക്കുള്ളിൽ വരെയുണ്ടാകുന്ന മനോരോഗങ്ങളെയാണ് പ്രസവാനന്തര മനോരോഗങ്ങൾ എന്ന വിഭാഗത്തിൽ ഉൾപ്പെടുത്തിയിരിക്കുന്നത്. പ്രസവത്തിനുശേഷം ശരീരത്തിൽ സംഭവിക്കുന്ന ഹോർമോൺ പ്രവർത്തനത്തിലെ മാറ്റങ്ങളാണ് ഈ അവസ്ഥയ്ക്കു കാരണമായി ചൂണ്ടിക്കാണിക്കപ്പെടുന്നത്. പ്രസവാനന്തരമനോരോഗങ്ങളെ പ്രധാനമായി മൂന്നായി തരംതിരിച്ചിരിക്കുന്നു.

1. പ്രസവാനന്തര ലഘുവികാര ചാഞ്ചല്യം (Postpartum blues).
2. പ്രസവാനന്തര വിഷാദരോഗങ്ങൾ (Postpartum depression).
3. പ്രസവാനന്തര സൈക്കോസിസ് രോഗം (Postpartum psychosis).

### പ്രസവാനന്തര ലഘുവികാര ചാഞ്ചല്യം

100ൽ 50 മുതൽ 85 വരെ അമ്മമാർ ഈ അവസ്ഥ അനുഭവിക്കുന്നു എന്നാണ് കണക്കാക്കപ്പെടുന്നത്. കുഞ്ഞിന്റെ ജനനശേഷം മൂന്നു മുതൽ അഞ്ച് ദിവസങ്ങൾക്കുള്ളിൽ തുടങ്ങുന്ന ഈ അവസ്ഥ രണ്ടാഴ്ചകൾ വരെ നീണ്ടു നിൽക്കാം. മാനസികമായ അസ്വസ്ഥത, പെട്ടെന്നു ചിരിയും കരച്ചിലും മാറി മാറി വരിക, ചെറുതായ ദേഷ്യഭാവം, കുടുംബാംഗങ്ങളോടോ ഭർത്താവിനോടോ ഒക്കെയുള്ള അമിതമായ വിധേയത്വം എന്നിവയൊക്കെ ഈ അവസ്ഥയുടെ ലക്ഷണങ്ങളാണ്. പലപ്പോഴും ഔഷധങ്ങൾ ഒന്നുമില്ലാതെ ചെറിയതോതിലുള്ള കൗൺസിലിങ്ങും രോഗാവസ്ഥയെക്കുറിച്ചുള്ള നിർദേശങ്ങളും മാത്രം മതിയാകും രോഗിയെ പൂർവസ്ഥിതിയിലേക്കു കൊണ്ടുവരാൻ.

## പ്രസവാനന്തര വിഷാദരോഗം

കുഞ്ഞിന്റെ ജനനശേഷം 100ൽ 10 സ്ത്രീകൾക്ക് ഈ അവസ്ഥയിലൂടെ കടന്നുപോകേണ്ടി വരുന്നു എന്നാണ് കണക്കുകൾ സൂചിപ്പിക്കുന്നത്. പ്രസവാനന്തരമുള്ള നാലു മുതൽ ആറ് ആഴ്ചകൾ വരെയാണ് ഈ രോഗാവസ്ഥ ആരംഭിക്കുന്നത്. സാധാരണയുണ്ടാകുന്ന വിഷാദരോഗത്തിന്റെ ലക്ഷണങ്ങൾ തന്നെയാകും ഈ അവസ്ഥയിലും കാണപ്പെടുക. പലപ്പോഴും പ്രസവാനന്തരം അമ്മമാരിലുണ്ടാകുന്ന വിഷാദരോഗം അമ്മയും കുഞ്ഞും തമ്മിലുള്ള ഊഷ്മളമായ ബന്ധത്തിനുവരെ വിഘാതം സൃഷ്ടിച്ചേക്കാം. പലപ്പോഴും പ്രസവാനന്തരമുണ്ടാകുന്ന വിഷാദരോഗം കുഞ്ഞിനെ അപായപ്പെടുത്തണം എന്ന ചിന്തയും കുഞ്ഞുങ്ങളെ അവഗണിക്കാനുള്ള പ്രവണതയും അമ്മമാരിലുണ്ടാക്കിയേക്കാം. മുൻപ് വിഷാദരോഗം ഉണ്ടായിട്ടുള്ള സ്ത്രീകളിൽ പ്രസവാനന്തര വിഷാദരോഗത്തിനുള്ള സാധ്യത കൂടുതലാണ്. ഔഷധങ്ങളും മനഃശാസ്ത്രപരമായ ചികിത്സാരീതികളും ഉപയോഗിച്ച് ഈ അസ്വസ്ഥതയിൽനിന്ന് മോചനം നേടാവുന്നതാണ്. പലപ്പോഴും ഷോക്കുചികിത്സയും ഈ അവസ്ഥയിൽ സുരക്ഷിതവും ഫലപ്രദവുമായ ചികിത്സാരീതിയായി കരുതപ്പെടുന്നു.

## പ്രസവാനന്തര സൈക്കോസിസ് രോഗം

പ്രസവാനന്തര സൈക്കോസിസ് രോഗത്തിന്റെ തോത് മറ്റു രണ്ട് അവസ്ഥകളെയപേക്ഷിച്ച് വളരെ കുറവാണ്. എന്നാലോ മറ്റുള്ളവയെ അപേക്ഷിച്ച് കൂടുതൽ ഗുരുതരവുമാണിത്. 1000ൽ ഒന്നോ രണ്ടോ പേർക്കു മാത്രമാണ് പ്രസവാനന്തരമുള്ള സൈക്കോസിസ് രോഗം ഉണ്ടാവുന്നത്. അമിതമായ വൈകാരികത, വെപ്രാളം, ബഹളം, ആശയക്കുഴപ്പം, ചിന്താക്കുഴപ്പം, മിഥ്യാബോധങ്ങൾ, മിഥ്യാവിശ്വാസങ്ങൾ, ഉറക്കക്കുറവ് എന്നിവയൊക്കെ പ്രസവാനന്തര സൈക്കോസിസിൽ കണ്ടുവരാറുണ്ട്. ചിലപ്പോഴൊക്കെ ആത്മഹത്യാപ്രവണതയും കുഞ്ഞുങ്ങളെ അപായപ്പെടുത്താനുള്ള പ്രവണതയും ഈ രോഗികൾ കാണിക്കാറുണ്ട്. ആന്റിസൈക്കോട്ടിക് വിഭാഗത്തിൽപ്പെടുന്ന ഔഷധങ്ങൾ അല്ലെങ്കിൽ സെഡേറ്റീവ് ഹിപ്നോട്ടിക്കുകളുടെ വിഭാഗത്തിൽപ്പെടുന്ന ഔഷധങ്ങൾ എന്നിവയാണ് ഈ രോഗചികിത്സയിൽ ഉപയോഗിക്കുന്നത്.

## ചികിത്സ

പ്രസവാനന്തര മനോരോഗങ്ങൾ ചികിത്സ ലഭ്യമാക്കേണ്ട രോഗങ്ങൾ തന്നെയാണ്. ശരിയായ ചികിത്സ ലഭ്യമായില്ലെങ്കിൽ പലപ്പോഴും പ്രസവാനന്തര മനോരോഗങ്ങൾ ഗുരുതരമായ പ്രത്യാഘാതങ്ങൾ സൃഷ്ടിക്കാറുണ്ട്. പ്രസവാനന്തരമനോരോഗങ്ങൾ ഉണ്ടാകുന്നവർക്ക് പിന്നീടുണ്ടാകുന്ന ഗർഭാവസ്ഥകളിലും ഒരു മനോരോഗചികിത്സകന്റെ മേൽനോട്ടമുണ്ടാകുന്നത് നന്നായിരിക്കും. ഔഷധങ്ങൾ കഴിക്കുന്നത് വിദഗ്ധനായ ഒരു മനോരോഗചികിത്സകന്റെ നിർദേശപ്രകാരവുമായിരിക്കണം.

# 28

# മനോരോഗ ചികിത്സയും തെറ്റിദ്ധാരണകളും

**ആ**ദ്യകാലങ്ങളിൽ മനോരോഗികളെ സംരക്ഷിക്കുക എന്ന കഠിനമായ ജോലി കുടുംബത്തിന്റേതായിരുന്നു. രോഗിയെ സംരക്ഷിക്കുക എന്നതിലുപരി സമൂഹത്തെ രോഗിയിൽനിന്ന് രക്ഷിക്കുക എന്നതായിരുന്നു പ്രധാന കർത്തവ്യം. പലപ്പോഴും രോഗിയെ വീടുകളിൽത്തന്നെ പ്രത്യേകം ഇരുളടഞ്ഞ മുറികളിൽത്തന്നെ ചങ്ങലയ്ക്കിടുകയായിരുന്നു പതിവ്. ഇതുപോരാതെ വരുന്ന അവസ്ഥകളിൽ രോഗിയെ ജയിലുകളിൽ അടച്ചു പാർപ്പിച്ചിരുന്നു. രോഗി അക്രമാസക്തനാവാതിരിക്കാൻ പലപ്പോഴും രോഗിക്ക് ഭക്ഷണംപോലും നൽകിയിരുന്നില്ല. സ്വന്തം നാട്ടിലും ഗ്രാമങ്ങളിൽനിന്നും ആട്ടിപ്പായിക്കപ്പെട്ട രോഗികളെ കല്ലെറിഞ്ഞും വിഷം നൽകിയും കൊന്ന കഥകളും കുറവല്ല. ചില നാടുകളിലെങ്കിലും മനോരോഗികളെ ശിരച്ഛേദം ചെയ്ത് വധിച്ചിരുന്നു. ഇന്നും പല മനോരോഗികളും സ്വന്തം വീടുകളിലും ദേവാലയങ്ങളിലും ചങ്ങലയ്ക്കിടപ്പെടുന്നുണ്ട്. പാശ്ചാത്യരാജ്യങ്ങളിൽ മാത്രമല്ല നമ്മുടെ നാട്ടിൽപ്പോലും പലപ്പോഴും രോഗികൾ ദുർമന്ത്രവാദികളും ചെകുത്താന്റെ സന്തതികളുമാണെന്ന വിശ്വാസത്തിൽ പീഡിപ്പിക്കപ്പെട്ടിരുന്നു. ശാരീരികരോഗങ്ങൾ പിടിപെട്ട് പല രോഗികളും വേണ്ട പരിചരണം കിട്ടാതെ മരിച്ചിട്ടുണ്ട്. പ്രേതബാധയും ദൈവകോപവുമെന്ന പേരിൽ ഇന്നും പല രോഗികളും സ്വന്തം കുടുംബത്തിൽ തടവിലാണെന്നും മന്ത്രവാദം പോലെയുള്ള ചികിത്സകൾക്ക് വിധേയരാക്കപ്പെടാറുണ്ടെന്നതും ഒരു സത്യം മാത്രം.

## മനോരോഗചികിത്സയെപ്പറ്റിയുള്ള തെറ്റിദ്ധാരണകൾ

മനോരോഗങ്ങളെപ്പറ്റി എന്നതുപോലെ മനോരോഗചികിത്സയെപ്പ

റ്റിയും ധാരാളം തെറ്റിദ്ധാരണകൾ നിലവിലുണ്ട്. പ്രധാനപ്പെട്ട തെറ്റിദ്ധാരണകൾ ഇനി പറയുന്നവയാണ്.

തെറ്റിദ്ധാരണ - മാനസികരോഗങ്ങൾക്ക് ഫലപ്രദമായ ചികിത്സയില്ല

**ശരിയായ വസ്തുത - മാനസികരോഗങ്ങൾക്ക് ഫലപ്രദമായ ചികിത്സയുണ്ട്.**

തെറ്റിദ്ധാരണ - മനോരോഗചികിത്സയ്ക്കുള്ള ഔഷധങ്ങൾ പാർശ്വഫലങ്ങൾ ഏറിയതാണ്.

**ശരിയായ വസ്തുത - മറ്റു വൈദ്യശാസ്ത്രശാഖകളിലുപയോഗിക്കുന്ന മരുന്നുകളിൽ കൂടുതലായ പാർശ്വഫലങ്ങളൊന്നും ഈ ഔഷധങ്ങൾക്കില്ല.**

തെറ്റിദ്ധാരണ - മാനസികരോഗചികിത്സയ്ക്കുപയോഗിക്കുന്ന ഔഷധങ്ങൾ സ്ഥിരമായ പാർശ്വഫലങ്ങൾ ഉണ്ടാക്കും.

**ശരിയായ വസ്തുത - ഈ പാർശ്വഫലങ്ങൾ പലതും താൽക്കാലികങ്ങളാണ്. പരിശീലനം സിദ്ധിച്ച ഒരു ചികിത്സകന്റെ കൈയിൽ ഈ മരുന്നുകൾ അപകടകാരികളല്ല.**

തെറ്റിദ്ധാരണ - മനോരോഗൗഷധങ്ങൾ പലതും മയക്കുമരുന്നുകളാണ്. അവ രോഗിയെ മരുന്നുകളുടെ അടിമയാക്കും.

**ശരിയായ വസ്തുത - ഏതാനും ചില മരുന്നുകളൊഴിച്ചാൽ മനോരോഗൗഷധങ്ങളിൽ മിക്കതും ശീലമായിത്തീരുന്നവയല്ല.**

തെറ്റിദ്ധാരണ - മനോരോഗങ്ങൾ ചികിത്സിച്ചു മാറ്റാനാവില്ല.

**ശരിയായ വസ്തുത - മനോരോഗങ്ങൾ ചികിത്സിച്ചു മാറ്റാനാവും.**

തെറ്റിദ്ധാരണ - ഒരിക്കൽ മനോരോഗചികിത്സയ്ക്കുള്ള ഔഷധങ്ങൾ കഴിച്ചു തുടങ്ങിയാൽ അവ ഒരിക്കലും നിർത്താനാവില്ല

**ശരിയായ വസ്തുത - വിദഗ്ധനായ ഒരു മനോരോഗചികിത്സകന്റെ നിർദേശമനുസരിച്ച് ആവശ്യമുള്ള കാലത്തോളം കഴിക്കുകയാണെങ്കിൽ മാനസികരോഗചികിത്സയ്ക്കുള്ള മരുന്നുകൾ വലിയ ഒരു വിഭാഗം രോഗികൾക്ക് കുറച്ചുകൊണ്ടുവരികയും നിർത്തുകയും ചെയ്യാനാകും.**

തെറ്റിദ്ധാരണ - മനോരോഗചികിത്സയ്ക്കുള്ള ഔഷധങ്ങൾ മസ്തിഷ്കത്തെ മരവിപ്പിച്ചുകളയും.

**ശരിയായ വസ്തുത - മസ്തിഷ്കത്തെ മരവിപ്പിക്കാത്ത, എന്നാൽ മസ്തിഷ്കത്തിന്റെ പ്രവർത്തനത്തെ സഹായിക്കുന്നവയാണ് മിക്ക മരുന്നുകളും.**

തെറ്റിദ്ധാരണ - മനോരോഗചികിത്സയ്ക്കുള്ള ഔഷധങ്ങൾ കഴിക്കുമ്പോൾ വളരെ വിലയേറിയ ഭക്ഷണം രോഗി കഴിക്കണം.

**ശരിയായ വസ്തുത - മനോരോഗചികിത്സയ്ക്കുള്ള മരുന്നുകൾ കഴിക്കുമ്പോൾ സാധാരണ ആഹാരം മാത്രം കഴിച്ചാൽ മതി.**

തെറ്റിദ്ധാരണ - മറ്റുരോഗങ്ങൾ വരുമ്പോൾ മാനസികരോഗചികിത്സയ്ക്കുള്ള ഔഷധങ്ങൾ നിർത്തണം.

**ശരിയായ വസ്തുത - മറ്റു രോഗങ്ങൾ പിടിപെടുമ്പോൾ ചികിത്സിക്കുന്ന ഡോക്ടറോട് നിങ്ങൾ കഴിക്കുന്ന മരുന്നുകളുടെ വിവരങ്ങൾ അറിയിക്കുക. മാനസികരോഗചികിത്സക്കുള്ള ഔഷധങ്ങൾ പെട്ടെന്ന് നിർത്തുവാൻ പാടില്ല. ആവശ്യമെങ്കിൽ നിങ്ങളുടെ സൈക്യാട്രിസ്റ്റിന്റെ സഹായം തേടുക.**

തെറ്റിദ്ധാരണ - മറ്റെല്ലാ ചികിത്സാരീതികളും പരാജയപ്പെട്ടാൽ മാത്രമേ മനോരോഗൗഷധങ്ങൾ പ്രയോഗിക്കാവൂ.

**ശരിയായ വസ്തുത - ശാരീരികരോഗങ്ങളെപ്പോലെ തന്നെ മനോരോഗങ്ങളും ആദ്യഘട്ടത്തിൽ തന്നെ ചികിത്സിച്ചാൽ കൂടുതൽ ഫലപ്രദമായിരിക്കും.**

മരുന്നുകൾ മനോരോഗ ചികിത്സയുടെ പ്രധാന ഘടകങ്ങളിലൊന്നാണെങ്കിലും മരുന്നുകളുപയോഗിച്ചുള്ള ചികിത്സ മാത്രമല്ല രോഗനിവാരണത്തിനാവശ്യം. മരുന്നുകളും മനഃശാസ്ത്രപരമായ ചികിത്സാരീതികളും സാമൂഹ്യമായ ചികിത്സാരീതികളും സംയോജിപ്പിച്ചുകൊണ്ടുള്ള രോഗചികിത്സാരീതിയാണ് മാനസികരോഗങ്ങൾക്ക് കൂടുതൽ അഭികാമ്യം.

അതുകൊണ്ടുതന്നെ മനോരോഗചികിത്സകന്മാരും മനഃശാസ്ത്രവിദഗ്ധരും സോഷ്യൽ വർക്കർമാരും മനോരോഗികളുടെ പരിചരണത്തിൽ പ്രത്യേക പരിശീലനം നേടിയ നേഴ്സുമാരുമടങ്ങുന്ന ഒരു സംഘത്തിന്റെ ചികിത്സയാണ് രോഗിക്ക് ആവശ്യം.

**ഓർക്കുക**

മനോരോഗങ്ങൾ ചികിത്സിച്ചു മാറ്റാവുന്ന രോഗങ്ങളാണ്. ഫലപ്രദമായ ചികിത്സ ലഭ്യമാണ്.

# 29

# മനോരോഗചികിത്സ – മാർഗങ്ങൾ

**മൂ**ന്നുതരം ചികിത്സാരീതികളാണ് പൊതുവായി മനോരോഗചികിത്സയിൽ ഉപയോഗിച്ചുവരുന്നത്.

1. മരുന്നുചികിത്സ.
2. സൈക്കോതെറാപ്പിയും ബിഹേവിയറൽ ചികിത്സാരീതികളും.
3. സാമൂഹ്യ ചികിത്സ.

മാനസികവും സാമൂഹ്യവുമായ ഘടകങ്ങൾക്ക് മുൻതൂക്കമുള്ള സാഹചര്യങ്ങളിൽ മനഃശാസ്ത്രപരമായ ചികിത്സകളും ജൈവപരമായ ഘടകങ്ങൾക്ക് മുൻതൂക്കമുള്ള രോഗങ്ങൾക്ക് മരുന്നുകൾ ഉപയോഗിച്ചുള്ള ചികിത്സയുമാണ് സാധാരണയായി മനോരോഗചികിത്സകന്മാർ ഉപയോഗിക്കുക. മിക്കവാറും മനോരോഗങ്ങളിൽ ഈ രണ്ടു ഘടകങ്ങളും സമ്മിശ്രമായി കാണുമെന്നതിനാൽ പലപ്പോഴും മരുന്നുകളും മാനസിക സാമൂഹ്യ ചികിത്സകളും സമ്മിശ്രമായി ഉപയോഗിക്കപ്പെടാറാണു പതിവ്.

### മനോരോഗചികിത്സയ്ക്കുള്ള ഔഷധങ്ങൾ കഴിച്ചുതുടങ്ങും മുമ്പേ....

നിങ്ങൾക്ക് ഔഷധങ്ങൾ നൽകുന്നതിനു മുൻപ് നിങ്ങളുടെ ശരീരത്തിലെ വിവിധ അവയവങ്ങളുടെ പ്രവർത്തനങ്ങളെക്കുറിച്ച് അറിയേണ്ടതുണ്ട്. നിങ്ങൾ കഴിക്കുന്ന ഔഷധങ്ങൾ ശരീരത്തിൽനിന്നും നീക്കം ചെയ്യുന്നതും അവയുടെ അളവു നിയന്ത്രിക്കുന്നതുമായ ഒട്ടേറെ പ്രവർത്തനങ്ങൾ കരൾ, വൃക്കകൾ തുടങ്ങിയ അവയവങ്ങൾ ചെയ്യുന്നുണ്ട്. അതുകൊണ്ട് ഡോക്ടർ നിങ്ങളോട് താഴെപ്പറയുന്നവയിൽ ചില പരിശോധനകൾ ചെയ്യാൻ ആവശ്യപ്പെട്ടേക്കാം.

1. രക്തപരിശോധന
    - രക്തത്തിലെ ചുവന്നതും വെളുത്തതുമായ രക്തകോശങ്ങളുടെ എണ്ണം, ഇ എസ് ആർ, ഹീമോഗ്ലോബിൻ.
    - രക്തത്തിലെ പഞ്ചസാരയുടെ അളവ്.
    - കരളിന്റെ പ്രവർത്തനത്തെക്കുറിച്ചറിയാനുള്ള പരിശോധനകൾ (Liver Function Tests).
    - വൃക്കയുടെ പ്രവർത്തനത്തെക്കുറിച്ചറിയാനുള്ള പരിശോധനകൾ (Renal Function Tests).
    - തൈറോയ്ഡ് ഗ്രന്ഥിയുടെ പ്രവർത്തനത്തെക്കുറിച്ചറിയാനുള്ള പരിശോധനകൾ (Thyroid Function Tests).
2. മൂത്രപരിശോധന.
3. ഇ സി ജി.
4. ചില പ്രത്യേക അവസരങ്ങളിൽ രോഗി ഗർഭിണിയാണോ എന്നറിയാനുള്ള പരിശോധന.

ക്ലോസപ്പിൻ പോലെയുള്ള ചില മരുന്നുകൾ കഴിക്കുമ്പോൾ ഡോക്ടറുടെ നിർദേശപ്രകാരം ഇടവിട്ട് രക്ത പരിശോധനകൾ ചെയ്യേണ്ടതാണ്. ലിത്തിയം തുടങ്ങിയ ഔഷധങ്ങൾ കഴിക്കുമ്പോൾ പലപ്പോഴും രക്തത്തിലെ മരുന്നിന്റെ അളവ് നോക്കിയായിരിക്കും മരുന്നിന്റെ ഡോസ് നിർണയിക്കുന്നത്. ഇതും ഡോക്ടറുടെ നിർദേശപ്രകാരം ചെയ്യേണ്ടതാണ്.

# 30

# ഔഷധചികിത്സ

മനോരോഗങ്ങൾക്ക് ഏറ്റവും കൂടുതൽ ഉപയോഗിക്കപ്പെടുന്ന ചികിത്സാരീതി ഔഷധങ്ങൾ ഉപയോഗിച്ചുള്ളതാണ്. മനോരോഗങ്ങൾക്ക് ഔഷധചികിത്സ കൂടുതൽ വേഗത്തിലും ഫലപ്രദമായും ശമനംനൽകുന്നു എന്നതിനാലാണിത്. ഔഷധങ്ങൾ മസ്തിഷ്കത്തിലെ രാസവസ്തുക്കളുടെ അളവിലും പ്രവർത്തനത്തിലും മാറ്റങ്ങളുണ്ടാക്കുകയും മനോരോഗങ്ങളെ നിയന്ത്രണവിധേയമാക്കുകയും ചെയ്യുന്നു. അടുത്തകാലത്തായി മനോരോഗങ്ങൾക്കുള്ള ഔഷധചികിത്സയിൽ അഭൂതപൂർവമായ പുരോഗതിയുണ്ടായിട്ടുണ്ട്.

മനോരോഗചികിത്സയ്ക്കുപയോഗിക്കുന്ന ഔഷധങ്ങളെ താഴെപ്പറയും വിധം തരംതിരിക്കാം.

1. **ആന്റിസൈക്കോട്ടിക്കുകൾ** – സൈക്കോട്ടിക് ലക്ഷണങ്ങളുള്ള രോഗങ്ങളുടെ ചികിത്സയ്ക്ക് ഉപയോഗിക്കുന്നു.
2. **ആന്റിഡിപ്രസന്റുകൾ** – വിഷാദലക്ഷണങ്ങളുള്ള രോഗങ്ങളുടെ ചികിത്സയ്ക്ക് ഉപയോഗിക്കുന്നു.
3. **മൂഡ് സ്റ്റബിലൈസറുകൾ** – മനസിന്റെ വൈകാരികമായ സന്തുലിതാവസ്ഥ നിലനിർത്താൻ സഹായിക്കുന്നു.
4. **ആന്റികൺവൽസന്റുകൾ** – അപസ്മാരചികിത്സയ്ക്കുപയോഗിക്കുന്ന മരുന്നുകളാണിവ. എന്നാൽ പല മാനസികരോഗങ്ങളുടെയും ചികിത്സയ്ക്ക് ഈ മരുന്നുകൾ ഫലപ്രദമാണെന്ന് തെളിയിക്കപ്പെട്ടിട്ടുണ്ട്.
5. **ആന്റി ആങ്സൈറ്റി ഔഷധങ്ങൾ** – ആകാംക്ഷാലക്ഷണങ്ങൾ ചികിത്സിക്കാൻ ഉപയോഗിക്കുന്നു.

6. **സെഡേറ്റീവ് ഹിപ്പ്നോട്ടിക് ഔഷധങ്ങൾ** – ഉറക്കക്കുറവും മനസിനുള്ള ടെൻഷൻ എന്നിവ മാറ്റാനായി ഉപയോഗിക്കുന്ന മരുന്നുകൾ.
7. **മറ്റുള്ളവ** – ഈ ഔഷധങ്ങളിലേതെങ്കിലും സൃഷ്ടിക്കാനിടയുള്ള പാർശ്വഫലങ്ങൾ ചികിത്സിക്കാനും ഔഷധങ്ങൾ ലഭ്യമാണ് (ഉദാ: ആന്റി കോളിനേർജിക് ഔഷധങ്ങൾ, ബീറ്റാ ബ്ലോക്കർ ഔഷധങ്ങൾ.)

ഇവ കൂടാതെ മേധാക്ഷയം (Dementia), അറ്റൻഷൻ ഡെഫിസിറ്റ് ഹൈപ്പർ ആക്ടിവിറ്റി ഡിസോർഡർ തുടങ്ങിയ രോഗങ്ങൾ ചികിത്സിക്കാനുള്ള ഔഷധങ്ങൾ എന്നിങ്ങനെ ഒട്ടേറെ മറ്റ് ഔഷധങ്ങളും മനോരോഗചികിത്സകന്മാർ ഉപയോഗിക്കാറുണ്ട്.

### ശ്രദ്ധിക്കുക

മനോരോഗങ്ങൾക്ക് മറ്റേതൊരു രോഗത്തെയുംപോലെ ചികിത്സ ആവശ്യമാണ്. വിദഗ്ധനായ ഒരു മനോരോഗചികിത്സകൻ നൽകുമ്പോൾ മനോരോഗചികിത്സകൾക്കുള്ള ഔഷധങ്ങൾ സുരക്ഷിതമാണ്. മറ്റു മരുന്നുകൾ കഴിക്കുമ്പോൾ മനോരോഗചികിത്സയ്ക്കുള്ള ഔഷധങ്ങൾ നിർത്തേണ്ടതില്ല. ആവശ്യമെങ്കിൽ നിങ്ങളുടെ ഡോക്ടറുമായി ബന്ധപ്പെടുക.

## ആന്റിസൈക്കോട്ടിക് ഔഷധങ്ങൾ

### പ്രധാനപ്പെട്ട ആന്റിസൈക്കോട്ടിക് ഔഷധങ്ങളുടെ രാസനാമങ്ങൾ

1. ഹാലോപെരിഡോൾ
2. ക്ലോർപ്രൊമസിൻ
3. തയോറിഡസിൻ
4. ട്രൈഫ്ളുപെറാസിൻ
5. ഫ്ളുപെൻതിക്സോൾ
6. പിമോസൈഡ്
7. റിസ്പെരിഡോൺ
8. ഒളാൻസെപിൻ
9. ക്ലോസപ്പിൻ
10. ക്വറ്റിയാപിൻ
11. അമിസൽപ്രൈഡ്

### ആന്റിസൈക്കോട്ടിക് ഔഷധങ്ങൾ കഴിക്കുമ്പോൾ ഉണ്ടാകാവുന്ന പാർശ്വഫലങ്ങൾ

ആന്റിസൈക്കോട്ടിക് ഔഷധങ്ങൾ കഴിക്കുമ്പോൾ ഉണ്ടാകാവുന്ന

പാർശ്വഫലങ്ങൾ മിക്കവാറും അപകടകരമല്ലാത്തവയാണ്. പാർശ്വഫലങ്ങൾ ഉണ്ടെന്നു സംശയം തോന്നിയാൽ ഉടൻതന്നെ നിങ്ങളുടെ ഡോക്ടറുമായി ബന്ധപ്പെടുന്നത് നന്നായിരിക്കും.

1. ചെറിയതോതിൽ ക്ഷീണം, മയക്കം.
2. പാർക്കിൻസൺ രോഗലക്ഷണങ്ങൾ.
3. വായിൽനിന്നും അധികമായി തുപ്പൽ വരിക.
4. വിറയൽ.
5. ഇരിക്കുമ്പോഴും കിടക്കുമ്പോഴുമൊക്കെയുള്ള പരവേശം.
6. വേദനാജനകമായി പേശികളുടെ കോച്ചിപ്പിടിത്തം - പലപ്പോഴും നാവ് പുറത്തോട്ടു തള്ളുക, കണ്ണുകൾ മുകളിലേക്കു മറിഞ്ഞു പോവുക തുടങ്ങിയവ.
7. രക്തത്തിലെ പഞ്ചസാര, കൊളസ്ട്രോൾ എന്നിവയുടെ അളവിലുള്ള വർധനവ്.
8. കാഴ്ചയ്ക്ക് നേരിയ മങ്ങൽ.
9. രക്തസമ്മർദം കുറയുക.
10. തൂക്കം കൂടുക.
11. ആർത്തവം ഉണ്ടാകാതിരിക്കൽ, ഗർഭിണികളല്ലാത്ത സ്ത്രീകളിൽ മുലകളിൽനിന്നും പാൽ വരിക, പുരുഷന്മാരിൽ മുലകൾ വലുതാവുക.
12. ലൈംഗിക താൽപ്പര്യം കുറയുക, ഉദ്ധാരണശേഷിയില്ലായ്മ.
13. രക്തത്തിലെ കോശങ്ങളുടെ അളവിലുള്ള വ്യതിയാനങ്ങൾ.
14. മുഖത്തും (പ്രത്യേകിച്ച് വായ്ക്കു ചുറ്റും) മറ്റു ശരീരഭാഗങ്ങളിലുമുള്ള ചലനങ്ങൾ.
15. പനി, ശരീരമാസകലം ബലക്കൂടുതൽ.
16. അപസ്മാരം.
17. വായും ചുണ്ടും വരണ്ടുപോകൽ, മലബന്ധം, മൂത്രതടസം.
18. ഹൃദയമിടിപ്പ് കൂടുതലോ കുറവോ ആവുക.
19. ശരീരത്തിൽ പല ഭാഗത്തായി നീര്.
20. ശരീരത്തിൽ ചൊറിച്ചിൽ.

മേൽപ്പറഞ്ഞവയിൽ ഹാലോപെരിഡോൾ, ഒളാൻസെപിൻ തുടങ്ങിയ ഔഷധങ്ങൾ ഇൻജക്ഷനുകളായും ലഭ്യമാണ്. ഹാലോപെരിഡോൾ, റിസ്പെരിഡോൺ, ഒളാൻസെപിൻ തുടങ്ങിയ ഔഷധങ്ങൾ തുള്ളിമരുന്നുകളുടെ രൂപത്തിലും ലഭ്യമാണ്.

രോഗി ഔഷധങ്ങൾ കഴിക്കാൻ താൽപ്പര്യം കാട്ടാതെ വരുന്ന അവസരങ്ങളിൽ മാസത്തിലൊരിക്കൽ മാത്രം നൽകാവുന്ന ഡിപ്പോ ഇൻജക്ഷനുകളും ഇന്ന് തുച്ഛമായ വിലയ്ക്ക് ലഭ്യമാണ്. ഹാലോപെരിഡോൾ, ഫ്ളൂഫെനാസിൻ, ഫ്ളൂപെൻതിക്സോൾ, റിസ്പെരിഡോൺ തുടങ്ങിയ ഔഷധങ്ങൾ ഇത്തരം ഇൻജക്ഷനുകളായി ലഭ്യമാണ്.

## ആന്റിഡിപ്രസന്റ് ഔഷധങ്ങൾ

### പ്രധാനപ്പെട്ട ആന്റിഡിപ്രസന്റ് ഔഷധങ്ങളുടെ രാസനാമങ്ങൾ

1. അമിട്രിപ്ടിലിൻ
2. ഇമിപ്രമിൻ
3. ഫ്ളുവോക്സെറ്റിൻ
4. ഫ്ളുവോക്സമിൻ
5. സെർട്രാലിൻ
6. എസിറ്റലോപ്രാം
7. വെൻലാഫാക്സിൻ
8. ഡുളോക്സെറ്റിൻ
9. പാരോക്സെറ്റിൻ

### ആന്റിഡിപ്രസന്റ് ഔഷധങ്ങൾ കഴിക്കുമ്പോൾ ഉണ്ടാകാവുന്ന പാർശ്വഫലങ്ങൾ

1. കാഴ്ചയിലെ മങ്ങൽ അല്ലെങ്കിൽ രണ്ടായി കാണുക.
2. മൂത്രതടസം, മലബന്ധം.
3. വായും ചുണ്ടും വരണ്ടുപോകൽ.
4. ഇരുന്നതിനുശേഷം എണീക്കുമ്പോൾ രക്തസമ്മർദം പൊടുന്നനവെ കുറയുക.
5. ഹൃദയമിടിപ്പു കൂടുക.
6. മയക്കം.
7. വിറയൽ.
8. പേശികളുടെ തുടിപ്പുകൾ.
9. ആശയക്കുഴപ്പം.
10. തലചുറ്റൽ.
11. നടക്കുമ്പോൾ വേച്ചുപോകൽ.
12. ഉറക്കക്കുറവ് അല്ലെങ്കിൽ ഉറക്കക്കൂടുതൽ.
13. അപസ്മാരം.
14. സൈക്കോസിസ്.
15. വിശപ്പില്ലായ്മ.
16. മഞ്ഞപ്പിത്തം.
17. രക്തത്തിലെ കോശങ്ങളിലുള്ള കുറവ്.
18. അലർജി.
19. തൂക്കക്കൂടുതൽ.
20. ലൈംഗിക പ്രശ്നങ്ങൾ - താൽപ്പര്യമില്ലായ്മ, ഉദ്ധാരണശേഷിക്കുറവ്, ആർത്തവം ഉണ്ടാകാതിരിക്കൽ.

## ആന്റിആങ്ക്സൈറ്റി ഔഷധങ്ങൾ

### പ്രധാനപ്പെട്ട ആന്റിആങ്ക്സൈറ്റി ഔഷധങ്ങളുടെ രാസനാമങ്ങൾ

1. ബുസ്പിറോൺ
2. ഡയസെപാം
3. ലോറാസെപാം
4. ക്ളോണാസെപാം

### ആന്റിആങ്ക്സൈറ്റി ഔഷധങ്ങൾ കഴിക്കുമ്പോഴുണ്ടാകാവുന്ന പാർശ്വഫലങ്ങൾ

1. മയക്കം
2. തളർച്ച
3. ക്ഷീണം
4. അമിതമായി അധികനാൾ കഴിച്ചാൽ മരുന്നടിമത്തം (drug dependence)

## മൂഡ് സ്റ്റബിലൈസർ ഔഷധങ്ങൾ

### പ്രധാനപ്പെട്ട മൂഡ് സ്റ്റബിലൈസർ ഔഷധങ്ങളുടെ രാസനാമങ്ങൾ

1. ലിത്തിയം
2. കാർബമസെപിൻ
3. ഓക്സ്കാർബസെപിൻ
4. സോഡിയം വാൽപ്രോയേറ്റ്
5. ലമോട്രിജിൻ
6. ടോപിറാമേറ്റ്

### മൂഡ് സ്റ്റബിലൈസർ ഔഷധങ്ങൾ കഴിക്കുമ്പോഴുണ്ടാകാവുന്ന പാർശ്വഫലങ്ങൾ

1. വിശപ്പില്ലായ്മ, ഓക്കാനം, ഛർദി, വയറിളക്കം, ഭാരക്കൂടുതൽ
2. ആശയക്കുഴപ്പം, ശക്തിക്കുറവ്
3. തൈറോയ്ഡ് ഗ്രന്ഥിയുടെ പ്രവർത്തനക്കുറവ്
4. മുഖക്കുരു
5. ക്ഷീണം
6. വിറയൽ
7. മുടി കൊഴിച്ചിൽ
8. തൊലിപ്പുറത്തെ വ്രണങ്ങൾ

ഈ പറഞ്ഞ പാർശ്വഫലങ്ങളെല്ലാം ഒരു രോഗിയിൽ കണ്ടുകൊള്ളണമെന്നില്ല. നല്ല ഒരു ഡോക്ടറുടെ നിർദേശപ്രകാരം മരുന്നു കഴിക്കുമ്പോൾ പാർശ്വഫലങ്ങൾ ഉണ്ടാകാതെ അല്ലെങ്കിൽ ഏറ്റവും കുറച്ചു മാത്രം ഉണ്ടാകത്തക്ക രീതിയിൽ മരുന്നുകളുടെ അളവുകൾ ക്രമീകരിക്കാൻ ഡോക്ടർക്കു സാധിക്കും.

**ശ്രദ്ധിക്കുക**

- ഔഷധങ്ങൾ ഉപയോഗിച്ചുള്ള മനോരോഗചികിത്സ പലരും തെറ്റിദ്ധരിക്കുന്നതുപോലെ അപകടകരമല്ല.
- നല്ല ഒരു ഡോക്ടറുടെ നിർദേശപ്രകാരം മരുന്നു കഴിക്കുമ്പോൾ പാർശ്വഫലങ്ങൾ ഉണ്ടാകാതെ അല്ലെങ്കിൽ ഏറ്റവും കുറച്ചു മാത്രം ഉണ്ടാകത്തക്ക രീതിയിൽ മരുന്നുകളുടെ അളവുകൾ ക്രമീകരിക്കാൻ ഡോക്ടർക്കു സാധിക്കും.
- അത്യാവശ്യം വേണ്ട ഘട്ടങ്ങളിൽ മരുന്നുകൾ ഒഴിവാക്കുന്നത് പലപ്പോഴും അപകടകരമാണ്.

# 31

# ഇലക്ട്രോകൺവൽസീവ് തെറാപ്പി
# അഥവാ ഇ സി റ്റി
## (Electroconvulsive Therapy)

മനോരോഗചികിത്സയ്ക്കുപയോഗിക്കുന്ന ചികിത്സാരീതികളിൽ ഏറ്റവും ഫലവത്തായി കണ്ടുവരുന്ന ചികിത്സാരീതികളിലൊന്നാണ് ഇലക്ട്രോകൺവൽസീവ് തെറാപ്പി അഥവാ ഇ സി റ്റി എന്ന ഷോക്കു ചികിത്സ. അതേസമയംതന്നെ മനോരോഗചികിത്സകളിൽ ഏറ്റവും ഭയപ്പെടുന്നതും വളരെയധികം തെറ്റിദ്ധാരണകൾ നിലവിലുള്ളതുമായ ചികിത്സാരീതി കൂടിയാണിത്.

**ഇ സി റ്റിയെക്കുറിച്ചുള്ള തെറ്റിദ്ധാരണകൾ:**

തെറ്റിദ്ധാരണ - ഷോക്കുചികിത്സ അപകടകരമായ ഒരു ചികിത്സാ രീതിയാണ്.

> **ശരിയായ വസ്തുത - വിദഗ്ധനായ ഒരു ചികിത്സകന്റെ മേൽനോട്ടത്തിൽ മാത്രം ചെയ്യുന്നതുകൊണ്ട് ഷോക്കുചികിത്സ തികച്ചും സുരക്ഷിതമാണ്.**

തെറ്റിദ്ധാരണ - ഷോക്കുചികിത്സ മസ്തിഷ്കത്തെ മരവിപ്പിച്ചുകളയും.

> **ശരിയായ വസ്തുത - ഷോക്കുചികിത്സ മസ്തിഷ്കത്തിൽ നീണ്ടുനിൽക്കുന്ന മാറ്റങ്ങളൊന്നും തന്നെ സൃഷ്ടിക്കുന്നില്ല.**

തെറ്റിദ്ധാരണ - ഒരിക്കൽ ഷോക്കുചികിത്സ നൽകിയാൽ പിന്നീട് രോഗിക്ക് എപ്പോഴും ഷോക്കുചികിത്സ തന്നെ നൽകേണ്ടിവരും.

> **ശരിയായ വസ്തുത - ഒരിക്കൽ ഷോക്കുചികിത്സ നൽകുന്ന രോഗിക്ക് പിന്നീട് മരുന്നുകൾകൊണ്ടുള്ള ചികിത്സ നിഷിദ്ധമല്ല.**

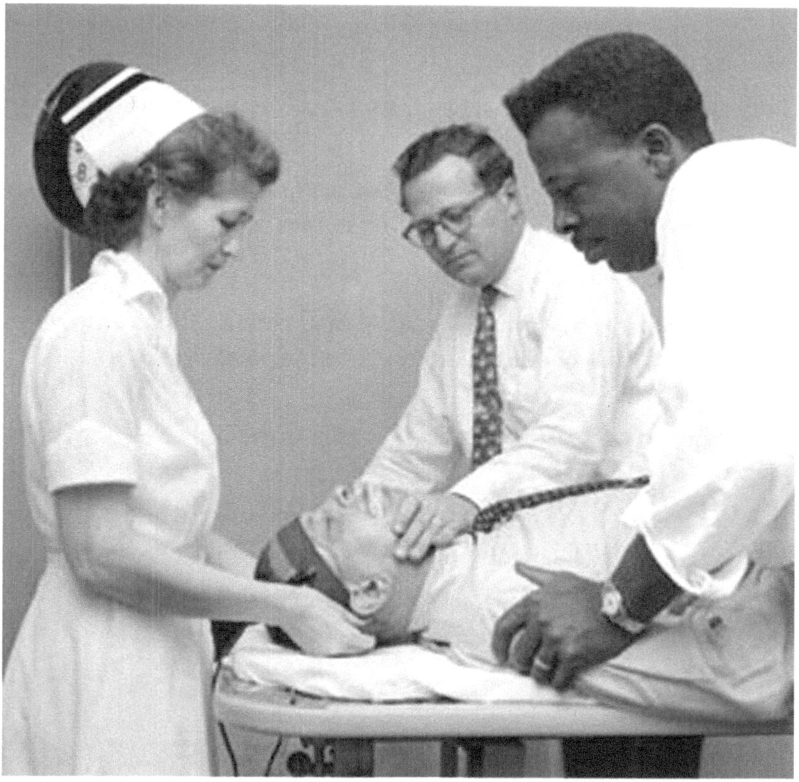

തെറ്റിദ്ധാരണ – ഷോക്കുചികിത്സ സ്ഥിരമായ മറവിയുണ്ടാക്കും.

**ശരിയായ വസ്തുത – ഷോക്കുചികിത്സ നീണ്ടുനിൽക്കുന്ന ഒരു പാർശ്വഫലവും ഉണ്ടാക്കുന്നില്ല.**

തെറ്റിദ്ധാരണ – ഷോക്കുചികിത്സ ഒരു പ്രാകൃത ചികിത്സാരീതിയാണ്.

**ശരിയായ വസ്തുത – ഒരിക്കലുമല്ല. ഹൃദ്രോഗചികിത്സാവിഭാഗത്തിൽപ്പോലും ഷോക്ക് ഒരു ജീവൻ രക്ഷാമാർഗമായി ഉപയോഗിക്കാറുണ്ട്.**

തെറ്റിദ്ധാരണ – ഷോക്കുചികിത്സ പലപ്പോഴും മരണത്തിനു കാരണമാകുന്നു.

**ശരിയായ വസ്തുത – ഇത് തികച്ചും തെറ്റാണ്. വിഷാദരോഗത്തിൽ ഷോക്കുചികിത്സ ഒരു ജീവൻ രക്ഷാ ഉപാധിയാണ്. വളരെ വളരെ വിരളമായി മരണം സംഭവിക്കുമ്പോൾപോലും**

**അത് ഷോക്കു നൽകുന്നതുകൊണ്ടല്ല എന്നാണ് പഠനങ്ങൾ കാണിക്കുന്നത്.**

തെറ്റിദ്ധാരണ – ഷോക്കുചികിത്സ വളരെ വേദനിപ്പിക്കുന്ന ഒരു ചികിത്സാ രീതിയാണ്.

**ശരിയായ വസ്തുത – ആധുനിക മാർഗങ്ങളിൽക്കൂടി നൽകുന്ന ഷോക്കുചികിത്സ ഒരിക്കലും രോഗിയെ വേദനിപ്പിക്കുന്നില്ല.**

തെറ്റിദ്ധാരണ – ഷോക്കുചികിത്സ അവസാനത്തെ ചികിത്സാ മാർഗമാണ്.

**ശരിയായ വസ്തുത – ഒരിക്കലുമല്ല. ഷോക്കു ചികിത്സ മനോരോഗ ചികിത്സയിലെ മറ്റൊരു ചികിത്സാമാർഗം മാത്രമാണ്.**

## എപ്പോഴൊക്കെയാണ് ഇ സി റ്റി നൽകണമെന്ന് ഡോക്ടർമാർ നിർദേശിക്കുന്നത്?

1. രോഗി അതികഠിനമായ വിഷാദത്തിലായിരിക്കുമ്പോൾ.
2. രോഗി അതികഠിനമായ ആത്മഹത്യാപ്രവണത കാണിക്കുമ്പോൾ.
3. രോഗി മരുന്നുകൾ കഴിക്കാൻ കൂട്ടാക്കാതിരിക്കുമ്പോൾ.
4. രോഗി ഭക്ഷണവും വെള്ളവും കഴിക്കാൻ കൂട്ടാക്കാതിരിക്കുമ്പോൾ.
5. പാർശ്വഫലങ്ങൾമൂലം മരുന്നുകൾ രോഗിക്ക് കൊടുക്കാൻ കഴിയാതെ വരുമ്പോൾ.
6. മരുന്നുകൾ പ്രതീക്ഷിക്കുന്ന ഫലം തരാതെ വരുമ്പോൾ.
7. ചില പ്രത്യേകതരം രോഗാവസ്ഥകളിൽ ഉദാ: കാറ്റടോണിയ.
8. പ്രസവശേഷമുള്ള വിഷാദരോഗങ്ങളിൽ.

## എന്താണ് ഇ സി റ്റി ചികിത്സയിൽ സംഭവിക്കുന്നത്?

ഒരു അനസ്തറ്റിസ്റ്റിന്റെ (രോഗിയെ മയക്കുന്നതിൽ വിദഗ്ധനായ ഡോക്ടർ) മേൽനോട്ടത്തിൽ മരുന്നുകൾ കൊടുത്ത് മയക്കിയതിനുശേഷം നിയന്ത്രിതമായ അളവിൽ രോഗിയുടെ മസ്തിഷ്കത്തിലൂടെ വൈദ്യുതി കടത്തിവിട്ട് അപസ്മാരം സൃഷ്ടിക്കുക എന്നതാണ് ഷോക്കുചികിത്സയിൽ സംഭവിക്കുന്നത്. ഒരു ആഴ്ചയിൽ രണ്ടോ മൂന്നോ തവണയാണ് ഇപ്രകാരം രോഗിയെ ഷോക്കുചികിത്സയ്ക്കു വിധേയനാക്കുന്നത്.

പലപ്പോഴും ആദ്യം കൊടുത്തിട്ട് ഫലം സൃഷ്ടിക്കാതിരുന്ന മരുന്നുകൾ ഇ സി റ്റി ക്കുശേഷം നൽകുമ്പോൾ ഫലം തരുന്നതായും കാണാറുണ്ട്.

## ഇ സി റ്റി ചികിത്സയ്ക്കുശേഷം അനുഭവപ്പെടുന്ന പാർശ്വഫലങ്ങൾ

- ചെറുതായ തലവേദന.
- കുറച്ചു നിമിഷങ്ങൾ നീണ്ടുനിൽക്കുന്ന ആശയക്കുഴപ്പം.
- പെട്ടെന്നു തന്നെ മാറുന്ന ചെറിയ ഓർമക്കുറവ്.

പേശികൾക്ക് അയവുവരുത്താനുള്ള മരുന്നുകൾ നൽകുന്നതുകൊണ്ട് എല്ലുകൾ ഒടിയുക, ജോയിന്റുകൾ മാറിപ്പോവുക തുടങ്ങിയ പാർശ്വഫലങ്ങൾ ഇപ്പോൾ സാധാരണയായി കണ്ടുവരാറില്ല. പരിശീലനം നേടിയ ഒരു ഡോക്ടറുടെ മേൽനോട്ടത്തിൽ നൽകുമ്പോൾ ഇ സി റ്റി തികച്ചും സുരക്ഷിതവും അപകടരഹിതവുമായ ഒരു ചികിത്സാമാർഗമാണ്.

## ശ്രദ്ധിക്കുക

വിദഗ്ധനായ ഒരു ഡോക്ടറുടെ മേൽനോട്ടത്തിൽ നൽകപ്പെടുമ്പോൾ ഇ സി റ്റി തികച്ചും സുരക്ഷിതമായ ഒരു ചികിത്സാമാർഗമാണ്.

# 32

## ഹിപ്നോട്ടിസം - ചില സത്യാവസ്ഥകൾ

**ഒ**രു വ്യക്തിക്ക് നാം ശക്തമായി ആവർത്തിച്ചു നൽകുന്ന നിർദേശങ്ങൾ പലപ്പോഴും നേരിയ മയക്കമോ, ഗാഢമായ നിദ്രയോ സൃഷ്ടിക്കാം. ഇതാണ് ഹിപ്നോട്ടിസം എന്ന ചികിത്സാരീതിയുടെ പ്രാഥമിക വിശ്വാസം. പലപ്പോഴും രോഗി അഗാധമായ ഒരു നിദ്രയിലേക്ക് വഴുതിവീഴുന്നു. ഈ ഘട്ടത്തിൽ നാം നൽകുന്ന നിർദേശങ്ങളൊക്കെ അയാൾ ചോദ്യം ചെയ്യാതെ അനുസരിക്കുകയും ചെയ്യും. ഇതിനെ സജസ്റ്റിബിലിറ്റി (suggestibility) എന്നു പറയുന്നു. ശക്തിയുള്ള സങ്കൽപ്പം എന്ന പേരിൽ ഒരിക്കൽ നാം തള്ളിക്കളഞ്ഞിരുന്ന ഹിപ്നോട്ടിസം എന്ന ആശയത്തിന്റെ ഉപജ്ഞാതാവ് ജെയിംസ് ബ്രെയ്ഡ് (James Braid) ആണെങ്കിലും ഫ്രാൻസ് ആന്റൺ മെസ്മർ (Franz Anton Mesmer) എന്ന ശാസ്ത്രജ്ഞനാണ് അനിമൽ മാഗ്നെറ്റിസം എന്ന ആശയം ആദ്യമായി കൊണ്ടു വന്നത്. എല്ലാ ജീവികളിലും ഒരു കാന്തിക ശക്തിയുണ്ടെന്നായിരുന്നു മെസ്മറുടെ വിശ്വാസം. ഴാങ് മാർട്ടിൻ ഷാർക്കോ (Jean Martin Charcot) എന്ന ശാസ്ത്രജ്ഞനാകട്ടെ ഹിപ്നോസിസ് എന്ന പ്രതിഭാസം ഹിസ്റ്റീരിയ രോഗ

ജെയിംസ് ബ്രെയ്ഡ്

ത്തിന്റെ ലക്ഷണമാണെന്ന് വിശ്വസിച്ചു.

ഫ്രാൻസ് ആന്റൺ മെസ്മർ

രോഗാവസ്ഥകൾക്കു പിന്നിലെ മനഃശാസ്ത്രപ്രശ്നങ്ങൾ തുറന്നെടുക്കാൻ വേണ്ടിയാണ് പലപ്പോഴും ഹിപ്നോട്ടിസം എന്ന ചികിത്സ പ്രയോജനപ്പെടുത്തുന്നത്. എന്നാൽ ബിഹേവിയറൽ മെഡിസിൻ എന്ന ശാഖയിൽ മറ്റു രണ്ടു കാര്യങ്ങൾക്കുവേണ്ടിയാണ് ഹിപ്നോട്ടിസം ഉപയോഗിക്കുന്നത്. ഒന്ന് ഹിപ്നോട്ടിക് അവസ്ഥയിൽ നൽകുന്ന നിർദേശങ്ങൾ രോഗി അതേപോലെ അനുസരിക്കുകയും ചികിത്സയുമായി കൂടുതൽ സഹകരിക്കാനുള്ള പ്രവണത കാണിക്കുകയും ചെയ്യും. അതുകൊണ്ടുതന്നെ പുകവലി, അമിത ഭക്ഷണം തുടങ്ങിയ സ്വഭാവരീതികൾ നിയന്ത്രിക്കാനായി ഹിപ്നോട്ടിസം പ്രയോജനപ്പെടുമെന്നു വിശ്വസിക്കപ്പെടുന്നു. അമിതവണ്ണം കുറയ്ക്കാനുള്ള ഹിപ്നോട്ടിക് ചികിത്സയിൽ രോഗിക്ക് വിശപ്പു കുറഞ്ഞതായി അനുഭവപ്പെടുമെന്നോ അല്ലെങ്കിൽ കുറച്ചുമാത്രം ഭക്ഷണംകൊണ്ട് വയറു നിറയുമെന്നോ ഉള്ള നിർദേശങ്ങളാവും നൽകപ്പെടുക. ചിലപ്പോഴൊക്കെ ഏറ്റവും ഇഷ്ടമുള്ള ഭക്ഷണങ്ങൾ ഓക്കാനവും ഛർദിയും ഉണ്ടാക്കുമെന്നുള്ള നിർദേശങ്ങളാവും നൽകുക.

പലപ്പോഴും അർബുദബാധിതരിൽ ഓക്കാനം, ഛർദി എന്നിവ മാറ്റാൻ വേണ്ടിയും ഹിപ്നോട്ടിസം ഉപയോഗിക്കാറുണ്ട്. ഇതു കൂടാതെ മദ്യത്തിന്റെയും മയക്കുമരുന്നുകളുടെയും ഉപയോഗം നിർത്താൻവേണ്ടി, വേദനാരഹിതമായ ശസ്ത്രക്രിയകൾ ചെയ്യാൻവേണ്ടി, പല തരം വേദനകൾക്കുള്ള ചികിത്സയ്ക്കായി ഒക്കെ ഹിപ്നോട്ടിസം ഉപയോഗിക്കാറുണ്ട്.

മനോരോഗചികിത്സകന്മാരും മനഃശാസ്ത്രജ്ഞന്മാരും വളരെയേറെ പ്രകീർത്തിച്ചിട്ടുള്ളതും പൊതുജനങ്ങൾക്കിടയിൽ ഏറെ തെറ്റിദ്ധാരണകൾ നിലനിൽക്കുന്നതുമായ ഒരു ചികിത്സാരീതിയാണ് ഹിപ്നോട്ടിസം. പലപ്പോഴും ഗുരുതരമായ മാനസികരോഗങ്ങളുമായി വരുന്ന മനോരോഗികൾ വരെ ഹിപ്നോട്ടിസം എന്ന ചികിത്സാരീതിയിൽക്കൂടി അവർക്ക് രോഗവിമുക്തി നേടാനാവുമോ എന്ന് ആരായാറുണ്ട്. ഹിപ്നോട്ടിസം ഒരു ദിവ്യ ചികിത്സയല്ല. അതുകൊണ്ടുതന്നെ മരുന്നുകൾ ഫലിക്കാതാവുന്ന അവസ്ഥകളിലോ ഗുരുതരമായ മനോരോഗങ്ങളിലോ ഉപയോഗിക്കാവുന്ന ഒരു ചികിത്സാരീതിയല്ല ഹിപ്നോട്ടിസം. സ്കിസോഫ്രീനിയ പോലെയുള്ള

ഗുരുതരമായ മനോരോഗങ്ങൾക്ക് ഹിപ്നോട്ടിസം ചികിത്സയിൽ കൂടി മാറ്റം വരുത്താനാവില്ല.

**ഏതൊക്കെ രോഗങ്ങൾക്കാണ് ഹിപ്നോട്ടിസം ചികിത്സയായി ഉപയോഗിക്കുന്നത്?**

1. ഹിസ്റ്റീരിയ
2. സൈക്കോസൊമാറ്റിക് രോഗങ്ങൾ
3. അനസ്തീഷ്യ നൽകുന്നതിനു പകരം
4. വേദന കുറയ്ക്കുന്നതിനായി
5. ചില ത്വക്ക്രോഗങ്ങളുടെ ചികിത്സയ്ക്കായി
6. ചില ലഘുമനോരോഗങ്ങൾ ചികിത്സിക്കുന്നതിനായി

**ഏതൊക്കെ രോഗങ്ങൾക്കാണ് ഹിപ്നോട്ടിസം ചികിത്സയായി ഉപയോഗിക്കുന്നതുകൊണ്ട് പ്രയോജനം ലഭിക്കാതിരിക്കുന്നത്?**

1. സ്കിസോഫ്രീനിയ
2. ബൈപോളാർ രോഗം
3. സാമൂഹ്യവിരുദ്ധ വ്യക്തിത്വ വൈകല്യം.

# 33

# സൈക്കോതെറാപ്പി

**ഔ**ഷധങ്ങളുടെ കാര്യത്തിലെന്നപോലെതന്നെ മനഃശാസ്ത്രപരമായ ചികിത്സാരീതികളും മനോരോഗചികിത്സയിൽ പ്രധാനപ്പെട്ടതാണ്. സാഹചര്യസമ്മർദംകൊണ്ടും മാനസികസംഘർഷങ്ങൾകൊണ്ടും ഉണ്ടാകുന്ന മനോരോഗങ്ങൾക്കാണ് പ്രധാനമായി ഇത്തരം ചികിത്സകൾ ഉപയോഗിക്കുന്നത്. ഇതുകൂടാതെ ലഘുവിഷാദം, ലഘുവായ ആകാംക്ഷ തുടങ്ങിയ രോഗങ്ങൾക്കും മറ്റു തീവ്രമനോരോഗങ്ങൾക്ക് മരുന്നുകൾക്കൊപ്പവും സൈക്കോതെറാപ്പി നൽകാവുന്നതാണ്. എന്നാൽ രോഗം മൂർധന്യാവസ്ഥയിലായിരിക്കുമ്പോഴോ, രോഗി അക്രമാസക്തനായിരിക്കുമ്പോഴോ രോഗിക്ക് ആത്മഹത്യാപ്രവണതയുള്ളപ്പോഴോ ഔഷധചികിത്സയാണ് കൂടുതൽ അഭികാമ്യം.

## ചില പ്രധാനപ്പെട്ട സൈക്കോതെറാപ്പികൾ ഇനിപ്പറയുന്നവയാണ്

1. **കൗൺസിലിങ്** – പരിശീലനം സിദ്ധിച്ച എല്ലാ ആരോഗ്യപ്രവർത്തകർക്കും ചെയ്യാവുന്ന ലഘു മാനസികചികിത്സയാണ് കൗൺസിലിങ്.
2. **കോഗ്നിറ്റീവ് തെറാപ്പി** – രോഗിയുടെ ചിന്താരീതികളിലുള്ള വൈകല്യങ്ങളെ തിരുത്തി യുക്തിപൂർവം ജീവിതത്തെ സമീപിക്കുവാൻ രോഗിയെ അഭ്യസിപ്പിക്കുന്ന ചികിത്സാരീതി.
3. **ബിഹേവിയർ തെറാപ്പി** – ആവർത്തനം മൂലം ഉറച്ചുപോയ ശീലങ്ങൾക്കുപകരം പുതിയ ആശാസ്യങ്ങളായ ശീലങ്ങൾ അഭ്യസിപ്പിക്കുന്ന രീതിയാണിത്.

4. **ഇന്റർപേഴ്സണൽ തെറാപ്പി** – വ്യക്തിബന്ധങ്ങൾ മെച്ചപ്പെടുത്തുന്നതിന് ഊന്നൽ നൽകുന്ന ചികിത്സ.

5. **ഗ്രൂപ്പ് തെറാപ്പി** – ഒരേ സമയം ചെറു സംഘങ്ങൾക്കായി നടത്തുന്ന ചികിത്സ.

6. **ഫാമിലി തെറാപ്പി** – മാനസികരോഗങ്ങൾക്കു കാരണം കുടുംബബന്ധങ്ങളിലെ പ്രശ്നങ്ങളായിരിക്കുമ്പോഴോ കുടുംബബന്ധങ്ങളിലെ പ്രശ്നങ്ങൾ കാരണം മാനസികരോഗശമനം അസാധ്യമാവുമ്പോഴോ ആണ് ഈ ചികിത്സാരീതി ഉപയോഗപ്പെടുത്തുന്നത്.

7. **മാരിറ്റൽ തെറാപ്പി** – വിവാഹിതരായ ദമ്പതിമാരിലെ പുതുജീവിതവുമായി ബന്ധപ്പെട്ട പ്രശ്നങ്ങൾ പരിഹരിക്കാനായി ഈ ചികിത്സാരീതി ഉപയോഗിക്കുന്നു.

8. **ഡയലക്ടിക്കൽ ബിഹേവിയർ തെറാപ്പി** – ചില പ്രത്യേകതരം വ്യക്തിത്വപ്രശ്നങ്ങളിൽ ആവർത്തിച്ചുള്ള ആത്മഹത്യാപ്രവണത കാട്ടുന്ന രോഗികൾക്കായി ഈ ചികിത്സാരീതി ഉപയോഗിക്കുന്നു.

# 34

# മനോരോഗചികിത്സയിൽ സൈക്യാട്രിക് സോഷ്യൽ വർക്കറുടെ പങ്ക്

**ഈ** പുസ്തകത്തിന്റെ ആദ്യഭാഗത്തു പറഞ്ഞതുപോലെ പല രോഗികൾക്കും നേരിട്ടുള്ള സമ്പർക്കത്തിന് അവസരം ലഭിക്കാറില്ലെങ്കിലും സൈക്യാട്രിക് സോഷ്യൽ വർക്കർക്ക് മനോരോഗചികിത്സയിൽ കാര്യമായ പങ്കു വഹിക്കുവാനുണ്ട്. താഴെപ്പറയുന്നവയാണ് സാമൂഹ്യാധിഷ്ഠിതമായ മനോരോഗചികിത്സയിൽ സൈക്യാട്രിക് സോഷ്യൽ വർക്കറുടെ പങ്ക്:

1. രോഗിയുടെ പ്രശ്നങ്ങളെക്കുറിച്ചും ചികിത്സയുടെ വിവിധ വശങ്ങളെക്കുറിച്ചും രോഗിയുടെ ബന്ധുക്കളോട് വിവരിക്കുക.
2. രോഗം ചികിത്സിച്ചു മാറ്റിയതിനുശേഷം സാമൂഹ്യചുറ്റുപാടുകളുമായി ഇഴുകിച്ചേരാൻ രോഗിയെയും ബന്ധുക്കളെയും സഹായിക്കുക.
3. ഡോക്ടർക്കും ആശുപത്രിക്കും സമൂഹത്തിനും ഇടയിലുള്ള ഒരു കണ്ണിയായി പ്രവർത്തിക്കുക.
4. തുടർ ചികിത്സ ഉറപ്പാക്കുക.
5. രോഗിയുടെ പുനരധിവാസത്തിനുവേണ്ടിയുള്ള കാര്യങ്ങൾ ആവിഷ്കരിക്കുക.
6. മനോരോഗങ്ങളെക്കുറിച്ചുള്ള സാമൂഹ്യ ബോധവൽക്കരണം.

### മനോരോഗികളുടെ പുനരധിവാസം

രോഗം മാറിയതിനുശേഷം രോഗിയെ ഏതെങ്കിലും പരിചരണ കേന്ദ്രത്തിലാക്കുന്ന പ്രക്രിയയെയാണ് പലരും പുനരധിവാസം എന്നു തെറ്റായി ധരിച്ചിരിക്കുന്നത്. എന്നാൽ രോഗം വരുന്നതിനു മുമ്പുള്ളതിനു തത്തുല്യ

മായ അവസ്ഥയിലേക്ക് എത്തിക്കുന്ന പ്രക്രിയയെയാണ് പുനരധിവാസം എന്നു പറയുന്നത്. തൊഴിൽപരമായ, സാമ്പത്തികമായ, ജീവിതക്രമങ്ങളിലുള്ള, വൈകാരികമായ പുനരധിവാസത്തിന് മുൻപു പറഞ്ഞതുപോലെ മനോരോഗചികിത്സകൻ, മനഃശാസ്ത്രജ്ഞൻ, സൈക്യാട്രിക് സോഷ്യൽ വർക്കർ, സൈക്യാട്രിക് നേഴ്സ്, ഒക്കുപ്പേഷണൽ തെറാപിസ്റ്റ് എന്നിങ്ങനെ മാനസികാരോഗ്യരംഗത്തു പ്രവർത്തിക്കുന്ന പലരുടെയും സഹകരണം വളരെയേറെ ആവശ്യമാണ്. രോഗി മാനസികാരോഗ്യരംഗത്തു പ്രവർത്തിക്കുന്ന ഒരു വ്യക്തിയുമായി കൂട്ടിമുട്ടുന്ന ആദ്യത്തെ സന്ദർഭത്തിലാണ് പുനരധിവാസം ആരംഭിക്കുന്നത്.

# 35

# ദേശീയ മാനസികാരോഗ്യ പദ്ധതിയും ജില്ലാ മാനസികാരോഗ്യ പരിപാടിയും

## ദേശീയ മാനസികാരോഗ്യ പദ്ധതി

**മാ**നസികാരോഗ്യപ്രശ്നങ്ങളുടെ പ്രാധാന്യം മനസിലായി 1987 സെപ്റ്റംബർ 22ന് കേന്ദ്രസർക്കാർ ദേശീയ മാനസികാരോഗ്യപദ്ധതി നടപ്പിലാക്കാനുള്ള ഉത്തരവ് പുറപ്പെടുവിച്ചു. ഇതിന്റെ ഭാഗമായി മാനസികാരോഗ്യപ്രവർത്തകർക്കും ഭരണച്ചുമതലയുള്ള ഉദ്യോഗസ്ഥന്മാർക്കും സന്നദ്ധസംഘടനകൾക്കും മാനസികാരോഗ്യകേന്ദ്രങ്ങളുടെ ഭരണകർത്താക്കൾക്കുംവേണ്ടി ശിൽപ്പശാലകൾ നടത്തപ്പെട്ടു. രാജ്യമൊട്ടാകെയുള്ള ഡോക്ടർമാർക്കും ആരോഗ്യപ്രവർത്തകർക്കും പ്രാഥമിക മനോരോഗചികിത്സയിൽ പ്രത്യേക പരിശീലനം നൽകപ്പെട്ടു. ദേശീയ മാനസികാരോഗ്യപദ്ധതിയുടെ ഉദ്ദേശ്യലക്ഷ്യങ്ങൾ നടപ്പിലാക്കുവാൻവേണ്ടിയാണ് ജില്ലാ മാനസികാരോഗ്യപരിപാടി ആവിഷ്കരിക്കപ്പെട്ടത്.

## ജില്ലാ മാനസികാരോഗ്യ പരിപാടി

ജില്ലാ മാനസികാരോഗ്യ പരിപാടിക്ക് മൂന്ന് പ്രധാന ഘടകങ്ങളുണ്ട്.

1. പരിശീലനം – ആരോഗ്യവകുപ്പിലെ ഡോക്ടർമാർക്കും ആരോഗ്യപ്രവർത്തകർക്കും സാമൂഹ്യപ്രവർത്തകർക്കും മാനസികാരോഗ്യപരിപാലനത്തിൽ പരിശീലനം നടത്തുക.
2. മനോരോഗ ചികിത്സ – പൊതുജനാരോഗ്യവകുപ്പിന്റെ നിലവിലുള്ള സംവിധാനം തന്നെ ഉപയോഗിച്ചുകൊണ്ട് സാമൂഹ്യാധിഷ്ഠിത മാനസികാരോഗ്യ പരിപാലനം നടപ്പിലാക്കുക, തെരഞ്ഞെടുക്കപ്പെട്ട

പ്രാദേശിക കേന്ദ്രങ്ങളിൽ മാനസികാരോഗ്യ ക്ലിനിക്കുകൾ നടത്തുക.

3. ബോധവൽക്കരണവും വിദ്യാഭ്യാസവും ആശയവിനിമയവും - പൊതുജനങ്ങൾക്കും പൊതുപ്രവർത്തകർക്കും മറ്റും മാനസികാരോഗ്യവിദ്യാഭ്യാസം നൽകുക.

ഈ പരിപാടിക്ക് അഭൂതപൂർവമായ സ്വീകരണമാണ് രോഗികളിൽ നിന്നും ബന്ധുക്കളിൽനിന്നും പൊതുജനങ്ങളിൽനിന്നും ലഭിച്ചുപോരുന്നത്. ജില്ലാ മാനസികാരോഗ്യ പരിപാടിയുടെ ഫലപ്രദമായ നടത്തിപ്പിനായി സൈക്യാട്രിസ്റ്റ്, ക്ലിനിക്കൽ സൈക്കോളജിസ്റ്റ്, സൈക്യാട്രിക് സോഷ്യൽവർക്കർ, നേഴ്സ് തുടങ്ങിയവരടങ്ങിയ ഒരു ജില്ലാ മാനസികാരോഗ്യ പരിപാടി ടീം രൂപീകരിച്ചിട്ടുണ്ട്. ആരോഗ്യപ്രവർത്തകർ, അംഗൻവാടി പ്രവർത്തകർ, തദ്ദേശീയ സാമൂഹ്യപ്രവർത്തകർ, പ്രാദേശിക ഭരണകർത്താക്കൾ എന്നിവരുമായി ടീം ഒത്തൊരുമിച്ച് പ്രവർത്തിക്കുന്നു. മാസത്തിൽ രണ്ടുതവണ വീതം ജില്ലയിലെ വിവിധ നിശ്ചിത കേന്ദ്രങ്ങളിൽവെച്ച് അതാതു കേന്ദ്രങ്ങളിലെ ഡോക്ടർമാരുമായി സഹകരിച്ച് രോഗികളെ പരിശോധിക്കുകയും ഔഷധങ്ങൾ വിതരണം ചെയ്യുകയും മറ്റ് ചികിത്സകൾ നൽകുകയും ചെയ്യുന്നു. രോഗത്തിന് ആശ്വാസം ലഭിച്ചതിനുശേഷമുള്ള തുടർ ചികിത്സകൾക്കായി അതാതു കേന്ദ്രങ്ങളിലെ ഡോക്ടർമാരുടെ തന്നെ സേവനം തേടാവുന്നതാണ്.

# 36

# ആത്മഹത്യ

**ജീ**വൻ ഏറെ വിലപ്പെട്ടതാണെന്ന് എല്ലാവർക്കും അറിയാമെങ്കിലും സമൂഹത്തിൽ ആത്മഹത്യകൾ പെരുകുകയാണ്. അനിയന്ത്രിതമായ മാന സികവിഷമതകളാണ് ഒരു വ്യക്തിയെ ആത്മഹത്യയിലേക്കു നയിക്കു ന്നത്. ചിലർ തനിയെയും മറ്റു ചിലർ ഉറ്റവർക്കൊപ്പവും മരണത്തിലേക്ക് സ്വയം നടന്നുചെല്ലുന്നു. ഭാരതത്തിലെ മരണങ്ങളുടെ പ്രധാനപ്പെട്ട പത്ത് കാരണങ്ങൾ അന്വേഷിക്കുകയാണെങ്കിൽ അതിലൊന്ന് ആത്മഹത്യയാ യിരിക്കും. പൂർത്തിയാക്കപ്പെടുന്ന ഓരോ ആത്മഹത്യയ്ക്കും പിന്നിൽ 10 മുതൽ 20 വരെ ആത്മഹത്യാശ്രമങ്ങളുണ്ടെന്നാണ് കണക്ക്. പലരും വിശ്വസിക്കുന്നതുപോലെ ആത്മഹത്യ ഒരു രോഗമല്ല, മറിച്ച് വ്യക്തിയിലോ അയാൾ ജീവിക്കുന്ന സാഹചര്യത്തിലോ ഉള്ള അസ്വസ്ഥതയുടെ പ്രകട ഭാവമാകാം. പ്രശ്നങ്ങളെ ധൈര്യപൂർവം നേരിടാനുള്ള മനസിന്റെ കഴി വിനെ വികാരപരമായ ചിന്തകൾ മരവിപ്പിക്കുന്നതുമൂലം വിവേകപൂർണ മായ തീരുമാനങ്ങൾ വ്യക്തിക്ക് എടുക്കുവാൻ കഴിയുന്നില്ല. ഇത് അയാളെ ആത്മഹത്യയിലേക്ക് നയിക്കുന്നു. മിക്ക ആത്മഹത്യകളുടെയും പൊതു വായ സ്വഭാവം തികച്ചും ചഞ്ചലമായ തീരുമാനങ്ങളാണവ എന്നതാണ്.

മനോരോഗ ചികിത്സകർ നേരിടേണ്ടിവരുന്ന ഒരു അത്യാഹിതഘട്ട മാണ് ആത്മഹത്യാശ്രമം. തികച്ചും വ്യക്തിപരമാണെന്നു തോന്നിപ്പിക്കു മെങ്കിലും ആത്മഹത്യ ഒരു സാമൂഹ്യദുരന്തം തന്നെയാണ്.

### എന്താണ് ആത്മഹത്യ?

ഒരു വ്യക്തിയുടെയോ അയാൾ ജീവിക്കുന്ന സാമൂഹ്യാന്തരീക്ഷ ത്തിന്റെയോ അസ്വസ്ഥതകൾമൂലം സമൂഹം അംഗീകരിക്കാത്ത രീതി

യിൽ സ്വന്തം ജീവൻ അവസാനിപ്പിക്കുന്ന പ്രക്രിയയെയാണ് ആത്മഹത്യ എന്നു പറയുന്നത്.

**എന്തുകൊണ്ടാണ് ഒരു വ്യക്തി ആത്മഹത്യയെക്കുറിച്ച് ചിന്തിക്കുന്നത്?**

- ജീവിതം വഴി മുട്ടുന്നു എന്നും മറ്റു രക്ഷാമാർഗങ്ങളൊന്നും ഇല്ലാതെ വരുന്നു എന്നും തോന്നുമ്പോൾ.
- ബാഹ്യമായ പ്രശ്നങ്ങൾ – സാമ്പത്തികമായ പരാധീനതകൾ, പ്രണയനൈരാശ്യം, പരീക്ഷയിലുള്ള തോൽവി, സാമൂഹികമായ അധഃപതനം, മാറാരോഗങ്ങൾ തുടങ്ങിയവ.
- മാനസികാരോഗ്യപ്രശ്നങ്ങൾ – വിഷാദരോഗം, വരുംവരായ്കകളെക്കുറിച്ചു ചിന്തിക്കാതെ പെട്ടെന്നുള്ള ആത്മഹത്യാശ്രമം, നിത്യജീവിതത്തിലെ സാഹചര്യങ്ങളുമായിട്ടുള്ള പൊരുത്തക്കേടുകൾ, മദ്യത്തിന്റെയും മറ്റു മയക്കുമരുന്നുകളുടെയും ദുരുപയോഗം, ഗുരുതരവും ഗുരുതരമല്ലാത്തതുമായ മറ്റു മനോരോഗങ്ങൾ, വ്യക്തിത്വവൈകല്യങ്ങൾ.

മിക്ക ആത്മഹത്യകളിലും ഒന്നിൽക്കൂടുതൽ കാരണങ്ങൾ ഉണ്ടാകും.

**ആത്മഹത്യ – അറിയേണ്ട വസ്തുതകളും മിഥ്യാധാരണകളും**

**മിഥ്യാധാരണകൾ**

1. ആത്മഹത്യയെക്കുറിച്ച് എപ്പോഴും സംസാരിക്കുന്നവരും സൂചന നൽകുന്നവരും അത് ചെയ്യാറില്ല.
2. ശ്രദ്ധ പിടിച്ചുപറ്റാൻ വേണ്ടിയാണ് പലരും ആത്മഹത്യാശ്രമം നടത്തുന്നത്.
3. ആത്മഹത്യാശ്രമം നടത്തുന്ന എല്ലാവർക്കും മാനസികരോഗങ്ങളുണ്ട്.
4. ഒരാൾ ആത്മഹത്യാശ്രമം നടത്താൻ തീരുമാനിച്ചാൽ അതിൽനിന്ന് അയാളെ പിന്തിരിപ്പിക്കാൻ സാധ്യമല്ല.
5. ഒരിക്കൽ ആത്മഹത്യ ചെയ്യാൻ ശ്രമിക്കുന്നയാൾ മരിക്കുന്നത് ആത്മഹത്യാശ്രമത്തിലൂടെ തന്നെയായിരിക്കും.
6. ആത്മഹത്യ ചെയ്യാൻ ശ്രമിക്കുന്നവർ മനസിന് കട്ടി കുറഞ്ഞവരാണ്.
7. ഒരിക്കൽ മാനസിക സംഘർഷത്തെ മറികടന്നാൽ പിന്നീട് ആത്മഹത്യക്ക് സാധ്യതയില്ല.
8. ആത്മഹത്യാ പ്രവണതയ്ക്ക് ചികിത്സയില്ല.

**വസ്തുതകൾ**

1. ഭൂരിപക്ഷം ആളുകളും ആത്മഹത്യക്കുമുമ്പ് സൂചനകൾ നൽകുന്നു.

2. ആത്മഹത്യക്കുമുമ്പ് നൽകുന്ന സൂചനകൾ സഹായത്തിനുവേണ്ടിയുള്ള മുറവിളിയാണ്.
3. സാമൂഹികബന്ധങ്ങളിലും വ്യക്തിബന്ധങ്ങളിലുമുള്ള വിള്ളലുകൾ ആത്മഹത്യക്കുവഴി തെളിക്കുന്നു.
4. മനോവേദനകളാണ് ആത്മഹത്യയിലേക്കു നയിക്കുന്നത്.

## ഒരു വ്യക്തിയുടെ ആത്മഹത്യ അയാളുടെ കുടുംബാംഗങ്ങളെയും സുഹൃത്തുക്കളെയും എങ്ങനെയാണ് ബാധിക്കുക?

ആത്മഹത്യക്കു ശ്രമിക്കുന്ന വ്യക്തി പലപ്പോഴും അയാളുടെ കാലശേഷം കുടുംബാംഗങ്ങൾക്ക് കുറച്ചുകൂടി നല്ല ജീവിതം ലഭിക്കുമെന്നാണ് പ്രതീക്ഷിക്കുന്നതെങ്കിലും അയാളുടെ കുടുംബാംഗങ്ങൾക്ക് അതികഠിനമായ അഗ്നിപരീക്ഷകളാണ് നേരിടേണ്ടി വരുന്നത്. ആത്മഹത്യക്കു ശ്രമിക്കുന്ന വ്യക്തി താനാർക്കും വേണ്ടാത്തവനാണെന്നും തന്റെ ജീവിതം ഉപയോഗശൂന്യമാണെന്നും തനിക്ക് ഭാവിയിൽ ഇനി നല്ലതായി ഒന്നും പ്രതീക്ഷിക്കാനില്ലെന്നും കരുതുന്നു. പക്ഷേ അയാളുടെ ബന്ധുക്കൾക്ക് ദുഃഖം, കുറ്റബോധം, ദേഷ്യം, പശ്ചാത്താപം, ആശയക്കുഴപ്പം, സമൂഹത്തിൽനിന്നുള്ള ഒറ്റപ്പെടൽ തുടങ്ങിയ നിരവധി അസ്വസ്ഥതകൾ പേറേണ്ടി വരുന്നു. താൻ വളരെയേറെ സ്നേഹിച്ചിരുന്ന വ്യക്തി തന്നെ തനിച്ചാക്കി ആത്മഹത്യയിലേക്കു നീങ്ങിയത് തങ്ങളുടെ ജീവിതത്തിന്റെ പരാജയമായിട്ടാണ് പലരും കാണുക. പുതിയ ബന്ധങ്ങൾ സ്ഥാപിക്കുവാനും മറ്റുള്ളവരെ വിശ്വാസത്തിലെടുത്ത് പിന്നീട് മുന്നോട്ടുള്ള ജീവിതം കെട്ടിപ്പടുക്കുവാനും അവർക്ക് പലപ്പോഴും കഴിയാതെ വരുന്നു.

## ആത്മഹത്യ – ചികിത്സകൾ

ആത്മഹത്യയുടെ കാര്യകാരണങ്ങൾ പല ഘടകങ്ങളുമായും ബന്ധപ്പെട്ടിരിക്കുന്നു. ആയതിനാൽ ശരിയായ ചികിത്സയും വ്യക്തിയുടെ വിവിധ മാനസികതലങ്ങളെ ശക്തിപ്പെടുത്തുന്ന തരത്തിലുള്ളതായിരിക്കണം. ഇക്കാര്യത്തിൽ ഔഷധങ്ങൾക്കും മനഃശാസ്ത്ര ചികിത്സയ്ക്കും സാമൂഹ്യാധിഷ്ഠിത ചികിത്സയ്ക്കും ഒരുപോലെ പ്രാധാന്യമുണ്ട്. ആത്മഹത്യാ പ്രവണതയുള്ളവരും ആത്മഹത്യാശ്രമം നടത്തിയിട്ടുള്ളവരും ചികിത്സയിലൂടെയും വിദഗ്ധസഹായത്തിലൂടെയും ജീവിതത്തിലേക്ക് തിരിച്ചുവന്ന സംഭവങ്ങൾ നിരവധിയാണ്.

## ഔഷധചികിത്സ

ആത്മഹത്യക്കു പരിഹാരമായി ഒറ്റമൂലികളായ മരുന്നുകളൊന്നും തന്നെയില്ല. എന്നാൽ ആത്മഹത്യയിലേക്കു നയിക്കുന്ന മിക്ക രോഗങ്ങൾക്കും ഇന്ന് ഫലപ്രദമായ ചികിത്സ ലഭ്യമാണ്.

**മനഃശാസ്ത്ര ചികിത്സ**

ആത്മഹത്യാ പ്രവണതയുള്ളവർക്ക് ഔഷധചികിത്സയോടൊപ്പം തന്നെ ഫലപ്രദമായ മനഃശാസ്ത്ര ചികിത്സകൾ ആവശ്യമാണ്. വ്യക്തിഗതമായി നൽകേണ്ട സൈക്കോതെറാപ്പി, കോഗ്നിറ്റീവ് തെറാപ്പി, മാരിറ്റൽ തെറാപ്പി എന്നിവയും ഗ്രൂപ്പ് തെറാപ്പിയും മറ്റും വളരെ ഫലപ്രദമാണ്.

**സാമൂഹ്യാധിഷ്ഠിത ചികിത്സ**

ഒരിക്കൽ ആത്മഹത്യ ചെയ്യാൻ ശ്രമിച്ച ഒരു വ്യക്തി സാമൂഹികമായ ഒറ്റപ്പെടലിന് വിധേയനാകാതിരിക്കാനും സമൂഹത്തിൽ അയാളുടെ നിലനിൽപ്പിനാവശ്യമായ വിഭവസമാഹരണത്തിനും ഭാവിയിൽ ഉണ്ടായേക്കാവുന്ന പ്രതിസന്ധികൾ തരണം ചെയ്യാനുമുള്ള കഴിവ് സാമൂഹ്യാധിഷ്ഠിത ചികിത്സയിലൂടെ പ്രദാനം ചെയ്യാവുന്നതാണ്.

# 37

# മാനസികസംഘർഷം
## (Stress)

ഒരു വ്യക്തിക്ക് സ്വന്തം പ്രവർത്തനശൈലിയിൽ മാറ്റം വരുത്തത്തക്ക രീതിയിൽ നേരിടേണ്ടി വരുന്ന ആവശ്യങ്ങളെയും അതുകാരണം അയാൾക്ക് ശാരീരികമായും മാനസികമായും ഉണ്ടാകുന്ന പ്രതികരണങ്ങളെയുമാണ് സ്ട്രെസ്സ് എന്ന വാക്കുകൊണ്ടർഥമാക്കുന്നത്. രണ്ടുതരമാണ് സംഘർഷാവസ്ഥകൾ.

1. **പോസിറ്റീവ് സ്ട്രെസ്സ്**

   ഉദാ: പ്രതീക്ഷിച്ച വിവാഹംതന്നെ നടക്കാൻ നിമിഷങ്ങൾ മാത്രമുള്ള ഒരു പെൺകുട്ടിയുടെ മാനസികാവസ്ഥ.

2. **നെഗറ്റീവ് സ്ട്രെസ്സ്**

   ഉദാ: വിവാഹശേഷം ആറു മാസത്തിനകം മരിച്ച സ്വന്തം ഭർത്താവിന്റെ മൃതദേഹത്തിനരികിൽ നിൽക്കുന്ന ഭാര്യയുടെ മാനസികാവസ്ഥ.

### സംഘർഷാവസ്ഥകളെ പ്രധാനമായി മൂന്നായി തരംതിരിക്കാം

1. മോഹഭംഗങ്ങൾ – ഉദാ: പ്രണയനൈരാശ്യം.
2. അഭിപ്രായവ്യത്യാസങ്ങൾ – ഉദാ: ദൈനംദിന കാര്യങ്ങളിൽ മറ്റുള്ളവരുമായുള്ള അഭിപ്രായസമന്വയമില്ലായ്മ.
3. ബാഹ്യവും ആന്തരികവുമായ മറ്റു സമ്മർദങ്ങൾ.

## ആരൊക്കെയാണ് സംഘർഷാവസ്ഥകൾക്ക് പെട്ടെന്ന് അടിമപ്പെടാൻ സാധ്യത?

സംഘർഷാവസ്ഥകൾ ആർക്കും എപ്പോഴും വരാമല്ലോ. എന്നാൽ ഇനി പറയുന്ന തരത്തിലുള്ള ചിലർ പെട്ടെന്ന് ഇവയ്ക്ക് അടിമപ്പെട്ടുപോകുന്നു.

1. വളരെപെട്ടെന്ന് സങ്കടവും സന്തോഷവും വരുന്ന 'തൊട്ടാവാടി'കൾ.
2. ഒന്നിലേറെ സംഘർഷാവസ്ഥകൾ നിരനിരയായോ ഒരുമിച്ചോ നേരിടേണ്ടി വരുന്നവർ.
3. ജീവിതത്തിലെ സംഭവങ്ങൾക്ക് ആവശ്യത്തിലേറെ പ്രാധാന്യം നൽകുന്നവരോ അല്ലെങ്കിൽ സംഭവങ്ങളുമായി നേരിട്ട് അടുത്ത ബന്ധം പുലർത്തുന്നവർ.
4. ജീവിതത്തിൽ മറ്റുള്ളവരിൽനിന്ന് വലിയ പിന്തുണയില്ലാത്തവർ.

## സംഘർഷാവസ്ഥകൾ രോഗജന്യങ്ങളാകാം

രോഗനില വഷളാകാനും രോഗശമനം വൈകിപ്പിക്കാനും സംഘർഷാവസ്ഥകൾ കാരണമാകുന്നു എന്നാണ് പഠനങ്ങൾ സൂചിപ്പിക്കുന്നത്. സംഘർഷാവസ്ഥകൾ വഷളാക്കുന്ന ശാരീരികരോഗങ്ങളിൽ ചിലത് ഇനിപ്പറയുന്നവയാണ്.

1. മൈഗ്രേൻ, മറ്റു തലവേദനകൾ
2. ആസ്ത്മ
3. പ്രമേഹം
4. രക്തസമ്മർദം
5. പെപ്റ്റിക് അൾസർ
6. ചിലതരം ത്വക്ക് രോഗങ്ങൾ
7. പക്ഷാഘാതം
8. രോഗപ്രതിരോധശേഷിക്കുറവ്
9. ലൈംഗികപ്രശ്നങ്ങൾ
10. വാഹനാപകടങ്ങൾ
11. അലർജി
12. ആർത്രൈറ്റിസ്
13. വിട്ടുമാറാത്ത നടുവേദന
14. ക്യാൻസർ
15. ഹൃദ്രോഗം
16. മോണപഴുപ്പ്, പുഴുപ്പല്ല്
17. ഉറക്കമില്ലായ്മ
18. ആർത്തവ തകരാറുകൾ
19. ഇറിറ്റബിൾ ബൗവൽ സിൻഡ്രോം

20. മലബന്ധം
21. വിട്ടുമാറാത്ത പേശീവേദന
22. അമിതവണ്ണം
23. മദ്യത്തിന്റെയും മറ്റു ലഹരി മരുന്നുകളുടെയും ഉപയോഗം

## സംഘർഷസാഹചര്യങ്ങളുടെ സമ്മർദങ്ങളിൽനിന്ന് എങ്ങനെ മോചനം നേടാം?

സംഘർഷങ്ങളിൽനിന്നും മോചനം നേടുവാനായി നാം പല വഴികളും നോക്കാറുണ്ട്. എപ്പോഴും ഉറങ്ങുക, പുകവലി, മദ്യപാനം, എല്ലാറ്റിൽനിന്നും ഒഴിഞ്ഞുമാറൽ തുടങ്ങി ഒട്ടേറെ മാർഗങ്ങൾ നാം സംഘർഷാവസ്ഥകളിൽനിന്നും രക്ഷപ്പെടുന്നതിനായി ശ്രമിക്കാറുണ്ട്. പലപ്പോഴും ഈ മാർഗങ്ങളുടെ ആധിക്യംതന്നെ മറ്റൊരു സംഘർഷമായി മാറുന്നതും കാണാറുണ്ട്. എന്നാൽ ഒരു വ്യക്തിയെ സഹായിച്ച മാർഗം മറ്റൊരാൾക്ക് സഹായകമാകണമെന്നില്ല. ഓരോ വ്യക്തിക്കും ഓരോ മാർഗമാകും സംഘർഷാവസ്ഥയിൽനിന്നും മോചനം നേടാൻ സഹായകമാവുക. വിദഗ്ധനായ ഒരു മനോരോഗചികിത്സകന് വിശദമായ നിരീക്ഷണപരിശോധനകൾക്കുശേഷം നിങ്ങൾക്കു പറ്റിയ മാർഗം നിർദേശിക്കാനാകും. താഴെപ്പറയുന്ന ഏതെങ്കിലും ഒരു മാർഗം നിങ്ങൾക്കും സഹായകമായേക്കാം:

1. നല്ല ഒരു മനോരോഗചികിത്സകനിൽനിന്നോ മനഃശാസ്ത്രജ്ഞനിൽനിന്നോ റിലാക്സേഷൻ ട്രെയിനിങ്ങിൽ പരിശീലനം നേടുക. ഒന്നോ രണ്ടോ തവണകൾക്കുശേഷം നിങ്ങൾക്ക് വീട്ടിൽ വെച്ചുതന്നെ ഈ മാർഗം ദിവസേന പരിശീലിക്കാവുന്നതാണ്.
2. യോഗ.
3. എക്സർസൈസ്.
4. പലതരം കളികൾ.
5. പുസ്തകവായന.
6. പാട്ടുകേൾക്കൽ.
7. വിനോദയാത്രകൾ.
8. നൃത്തം.
9. പ്രാർഥന.
10. ധ്യാനം.

ഇവയൊന്നും ഫലിക്കാതെ വരുന്ന അവസരങ്ങളിൽ വിദഗ്ധനായ ഒരു മനോരോഗചികിത്സകൻ നൽകുന്ന ചെറിയതരം മരുന്നുകളും സഹായിച്ചേക്കാം.

# 38

# നിയമവും മനോരോഗങ്ങളും

**മ**നോരോഗികൾക്ക് സമൂഹം എന്നും അയിത്തം കൽപ്പിച്ചിരുന്നു. മാത്രമല്ല, മനോരോഗികളെപ്പറ്റി ഏറെ തെറ്റിദ്ധാരണകളും സമൂഹം നില നിർത്തിയിരുന്നു. അതിലൊന്നാണ് കുറ്റവാളികളെല്ലാം തീവ്രമനോരോഗി കളാണെന്നും മനോരോഗികളെല്ലാം കുറ്റം ചെയ്യാൻ സാധ്യത കൂടുതലാ ണെന്നുമുള്ള ധാരണ. അതുകൊണ്ടുതന്നെ മനോരോഗികൾ സമൂഹത്തി ന്റെ അക്രമങ്ങൾക്കും ചൂഷണങ്ങൾക്കും വിധേയരാകാനുള്ള സാധ്യത കൂടുതലാണ്. എന്നാൽ ജയിലഴികൾക്കുള്ളിലെ കുറ്റവാളികളിൽ 100ൽ ഒമ്പതു പേർക്കു മാത്രമാണ് സൈക്കോസിസ് വിഭാഗത്തിൽപ്പെട്ട തീവ്ര മനോരോഗമുള്ളതെന്നാണ് പഠനങ്ങൾ സൂചിപ്പിക്കുന്നത്. സമൂഹത്തി ലുള്ള മനോരോഗികളും അക്രമസ്വഭാവം പ്രകടിപ്പിക്കാനുള്ള സാധ്യത കുറവാണെന്ന് പഠനങ്ങൾ സൂചിപ്പിക്കുന്നു.

### 1987–ലെ മാനസികാരോഗ്യ നിയമം (Mental Health Act 1987)

സമൂഹത്തെ മനോരോഗികളിൽനിന്നും രക്ഷിക്കാനും മനോരോഗി കളെ സമൂഹത്തിന്റെ ചൂഷണങ്ങളിൽനിന്നും രക്ഷിക്കാനുമായിട്ടാണ് 1987ൽ മനോരോഗനിയമം കൊണ്ടുവരപ്പെട്ടത് (1990 മുതൽ ഇത് പ്രാബ ല്യത്തിൽ വന്നു). 10 അധ്യായങ്ങളുള്ള ഈ നിയമത്തിൽ മനോരോഗ ത്തിന്റെ നിയമപരമായുള്ള വിവക്ഷ, മനോരോഗികളെ മാനസികാരോഗ്യ കേന്ദ്രങ്ങളിൽ പ്രവേശിപ്പിക്കാനും അവിടെനിന്നും വിട്ടയയ്ക്കാനുമുള്ള വ്യവസ്ഥകൾ, മനോരോഗികളുടെ മനുഷ്യാവകാശസംരക്ഷണം, മനോ രോഗികളുടെ സ്വത്തുക്കൾ സംരക്ഷിക്കാനുള്ള വ്യവസ്ഥകൾ, മാനസി കാരോഗ്യകേന്ദ്രങ്ങളുടെയും മനോരോഗികൾക്കായുള്ള നേഴ്സിങ് ഹോമു

കളുടെയും ലൈസൻസിങ്ങിനുള്ള വ്യവസ്ഥകൾ എന്നിവയെപ്പറ്റി വിശദമായി പ്രതിപാദിച്ചിട്ടുണ്ട്.

മനോരോഗമുള്ള ഒരു വ്യക്തിക്ക് തനിക്ക് ചികിത്സ ആവശ്യമുണ്ടെന്നു തോന്നുന്ന പക്ഷം തനിയെ ചെന്ന് തന്നെ മാനസികാരോഗ്യകേന്ദ്രത്തിൽ പ്രവേശിപ്പിക്കണമെന്ന് ആവശ്യപ്പെടാവുന്നതാണ്. രോഗിയായ വ്യക്തിക്ക് തന്റെ അസ്വസ്ഥകൾ തിരിച്ചറിയാൻ കഴിയുന്നില്ലെങ്കിൽ ഒരു സുഹൃത്തിനോ ബന്ധുവിനോ അയാളെ മാനസികാരോഗ്യകേന്ദ്രത്തിൽ പ്രവേശിപ്പിക്കണമെന്ന് ആവശ്യപ്പെടാവുന്നതാണ്. രോഗമുണ്ടെന്നു സംശയമുള്ള വ്യക്തി പ്രായപൂർത്തിയാകാത്ത ആളാണെങ്കിൽ രക്ഷിതാവിന് കുട്ടിയെ മാനസികാരോഗ്യകേന്ദ്രത്തിൽ പ്രവേശിപ്പിക്കണമെന്ന് ആവശ്യപ്പെടാവുന്നതാണ്. എന്നാൽ രോഗമുള്ള വ്യക്തി തനിക്ക് രോഗമുണ്ടെന്നുള്ള കാര്യം അറിയാതിരിക്കുകയും അതുകൊണ്ടുമാത്രം ചികിത്സ തേടാൻ കഴിയാത്ത അവസ്ഥയിലാണെങ്കിലും നാശനഷ്ടങ്ങൾ സൃഷ്ടിക്കുകയുമാണെങ്കിൽ മജിസ്ട്രേറ്റിന്റെ ഉത്തരവോടുകൂടി (Reception Order) അയാളെ മാനസികാരോഗ്യകേന്ദ്രത്തിൽ പ്രവേശിപ്പിക്കാവുന്നതാണ്.

റോഡിൽ അലഞ്ഞുതിരിഞ്ഞു നടക്കുന്ന ഒരു മനോരോഗിയെയും അല്ലെങ്കിൽ ഏതെങ്കിലും തരത്തിൽ ചൂഷണം ചെയ്യപ്പെടുന്നു എന്നു സംശയമുള്ള മനോരോഗിയെയും പൊലീസുകാർക്കോ അല്ലെങ്കിൽ പൊലീസിന്റെ സഹായത്തോടെ മജിസ്ട്രേറ്റിന്റെ ഉത്തരവോടുകൂടി ഏതെങ്കിലും പൗരനോ ഡോക്ടറുടെ പരിശോധനയ്ക്കുശേഷം ആവശ്യമെങ്കിൽ മാനസികാരോഗ്യകേന്ദ്രത്തിൽ പ്രവേശിപ്പിക്കാവുന്നതാണ്.

## ലഹരിമരുന്നുകളുടെ ഉപയോഗം നിയന്ത്രിക്കുന്നതിനുള്ള നിയമം (Narcotic Drugs and Psychotropic Substances Act, 1985 [NDPSA])

എന്തൊക്കെയാണ് ലഹരിമരുന്നുകൾ എന്ന വിവക്ഷ, ലഹരിമരുന്നുകൾ നിരോധിക്കേണ്ടതുമായി ബന്ധപ്പെട്ട കാര്യങ്ങൾ, ലഹരിമരുന്നുകളുടെയും മാനസികരോഗം ഉത്തേജിപ്പിക്കുന്ന വസ്തുക്കളുടെയും ഉൽപ്പാദനം, കൈവശം വയ്ക്കൽ, കടത്തൽ, വിൽപ്പന തുടങ്ങിയവ ശിക്ഷാർഹമാണെന്നും തീവ്രമായ ലഹരിമരുന്നുപയോഗിക്കേണ്ടവർക്കുള്ള ചികിത്സയുടെ കാര്യങ്ങളും ഈ നിയമം വിശദീകരിക്കുന്നു.

## ആത്മഹത്യാശ്രമവും നിയമവും

ഇന്ത്യൻ ശിക്ഷാനിയമം 309 (IPC 309) പ്രകാരം ആത്മഹത്യാശ്രമം ശിക്ഷാർഹമായ ഒരു കുറ്റമാണ്. ഒരു വർഷംവരെയുള്ള സാധാരണതടവോ പിഴയോ ഇതു രണ്ടുമോ ആണ് ശിക്ഷ. ഇന്ത്യൻ ശിക്ഷാനിയമം 306 പ്രകാരം ആത്മഹത്യക്ക് പ്രേരിപ്പിക്കുന്നതും ശിക്ഷാർഹമായ കുറ്റമാണ്.

**അവശതയുള്ള വ്യക്തികളെ സംരക്ഷിക്കുന്നതിനുള്ള നിയമം (The Persons with Disabilities Act, 1995)**

അവശത സൃഷ്ടിക്കുന്ന ഒരു രോഗമായി മാനസികരോഗം ഇന്നു പരക്കെ അംഗീകരിക്കപ്പെടുന്നുണ്ട്. ബുദ്ധിമാന്ദ്യത്തിനും മനോരോഗങ്ങൾക്കും IDEAS (Indian Disability Evaluation Assessment Scale) എന്ന അളവുകോലുപയോഗിച്ച് അവശത രേഖപ്പെടുത്തുകയും സർക്കാരിൽനിന്നുമുള്ള ആനുകൂല്യങ്ങൾക്കായുള്ള അപേക്ഷയോടൊപ്പം സമർപ്പിക്കാവുന്നതുമാണ്.

# 39

# മനോരോഗചികിത്സാ ശാസ്ത്രത്തിന്റെ ഭാവി

**അ**ത്ഭുതാദരങ്ങളോടെ ആരും നോക്കിനിന്നു പോകുന്ന വളർച്ച യാണ് കഴിഞ്ഞ ഒരു നൂറ്റാണ്ടിനുള്ളിൽ മനോരോഗചികിത്സയിൽ സംഭവി ച്ചത്. മനോരോഗങ്ങളെല്ലാം ഒന്നാണ് എന്ന ആദ്യകാലാശയത്തിൽനിന്ന് ഒന്നിലേറെ രോഗങ്ങളുണ്ടെന്ന തിരിച്ചറിവും പിന്നീട് ഓരോ രോഗവും ഒരു രോഗസമുച്ചയത്തിന്റെ ഭാഗമാകാം എന്ന തിരിച്ചറിവും ജൈവ–മനഃ ശാസ്ത്ര–സാമൂഹ്യഘടകങ്ങൾ രോഗാവസ്ഥയെ സ്വാധീനിക്കുന്നുണ്ടെ ന്നും അതുകൊണ്ടുതന്നെ ഈ മൂന്നു ഘടകങ്ങളും ചികിത്സയിൽ പ്രധാന മാണെന്നും ഉള്ള കാര്യവുമൊക്കെ വളരെ ജിജ്ഞാസയുള്ള ഒരു കൊച്ചു കുട്ടി വിമാനം പറക്കുന്നത് ആദ്യമായി കാണുന്നത്ര കൗതുകത്തോടെ ലോകം കണ്ടുനിന്നു. എൻജിനിയറിങ് മുതൽ ജനിതകശാസ്ത്രവും തത്വ ചിന്തയുമുൾപ്പെടെയുള്ള പല വിഷയങ്ങളിൽ നിന്നുമെടുത്ത കാര്യങ്ങ ളാണ് മനോരോഗചികിത്സയുടെ ചരിത്രത്തെ ഫലഭൂയിഷ്ടമാക്കിയിട്ടു ള്ളത്. വളർച്ചയുടെ ചില ഘട്ടങ്ങളിൽ ശിരോരോഗശാസ്ത്രത്തോടും മറ്റു ചില ഘട്ടങ്ങളിൽ മനഃശാസ്ത്ര സാമൂഹ്യശാസ്ത്രശാഖകളോടും ഒപ്പ മാണ് മനോരോഗചികിത്സ മുന്നേറിയത്.

വരും വർഷങ്ങളിൽ നമുക്കിന്നും വളരെ കുറച്ചുമാത്രം അറിയാവുന്ന മനോരോഗകാരണങ്ങളെപ്പറ്റി കൂടുതൽ അറിയാനാകുമെന്ന് ശാസ് ത്രജ്ഞർ പ്രതീക്ഷിക്കുന്നു. മാത്രമല്ല മനസിന്റെ രോഗലക്ഷണങ്ങൾ ശമി പ്പിക്കുവാനും മനസിന് സ്വസ്ഥതയും സമാധാനവും നൽകുവാനും പാർ ശ്വഫലങ്ങൾ ഒട്ടുമില്ലാത്ത പുതിയ ഔഷധങ്ങൾ ഉണ്ടാകുമെന്നും പലരും പ്രത്യാശിക്കുന്നു.

മനോരോഗങ്ങൾ തടയുവാനായും ഭാവിയിൽ ഔഷധങ്ങളും വാക്സിനുകളും ഉണ്ടാകുമെന്നും വിദ്ഗധർ അഭിപ്രായപ്പെടുന്നു. എന്തായാലും 50 വർഷത്തിനുശേഷമുള്ള മനോരോഗചികിത്സാശാസ്ത്രം ഇന്നത്തേതിൽനിന്നും തികച്ചും വ്യത്യസ്തമായിരിക്കുമെന്നാണ് ഈ രംഗത്തെ വിദഗ്ധരുടെ കണക്കുകൂട്ടൽ. അന്നു ചിലപ്പോൾ ഈ പുസ്തകം ഒട്ടും പ്രസക്തമാവില്ലെന്നു വന്നേക്കാം. എങ്കിലും അത്തരമൊരു കാലത്തിനായുള്ള കാത്തിരിപ്പിനിടയ്ക്ക് മനോരോഗങ്ങളെക്കുറിച്ച് നമുക്ക് കുറച്ചെങ്കിലും അറിവു പകരുക എന്നതാണ് ഈ പുസ്തകത്തിന്റെ ലക്ഷ്യം.

**അനുബന്ധം – 1**

# സർക്കാർതലത്തിൽ കേരളത്തിൽ മനോരോഗചികിത്സ ലഭ്യമായ കേന്ദ്രങ്ങൾ

**താ**ഴെപ്പറയുന്ന കേരളത്തിലെ എല്ലാ മെഡിക്കൽ കോളേജുകളിലും മനോരോഗചികിത്സാവിഭാഗങ്ങളുണ്ട്. രോഗികളെ കിടത്തി ചികിത്സിക്കുവാനുള്ള ഐ പി സംവിധാനവും ഒ പി ചികിത്സാസൗകര്യങ്ങളും ഈ മെഡിക്കൽ കോളേജുകളിൽ ലഭ്യമാണ്.

1. മനോരോഗചികിത്സാ വിഭാഗം, മെഡിക്കൽ കോളേജ്, തിരുവനന്തപുരം.
2. മനോരോഗചികിത്സാ വിഭാഗം, മെഡിക്കൽ കോളേജ്, ആലപ്പുഴ.
3. മനോരോഗചികിത്സാ വിഭാഗം, മെഡിക്കൽ കോളേജ്, കോട്ടയം.
4. മനോരോഗചികിത്സാ വിഭാഗം, മെഡിക്കൽ കോളേജ്, തൃശ്ശൂർ.
5. മനോരോഗചികിത്സാ വിഭാഗം, മെഡിക്കൽ കോളേജ്, കോഴിക്കോട്.

ഇതു കൂടാതെ സർക്കാർ തലത്തിൽ കേരളത്തിൽ മനോരോഗ ചികിത്സാസൗകര്യങ്ങൾ ലഭ്യമായ മൂന്നു മാനസികാരോഗ്യകേന്ദ്രങ്ങളുമുണ്ട്.

## മാനസികാരോഗ്യകേന്ദ്രം, പേരൂർക്കട, തിരുവനന്തപുരം

- 1817ൽ തിരുവിതാംകൂർ മഹാരാജാവിനാൽ സ്ഥാപിതമായ കേരളത്തിലെ ആദ്യത്തെ മാനസികരോഗചികിത്സയ്ക്കുള്ള കേന്ദ്രം.
- 463 രോഗികളെ കിടത്തി ചികിത്സിക്കാനുള്ള സൗകര്യം (പലപ്പോഴും കൂടുതൽ രോഗികളെ കിടത്തി ചികിത്സിക്കുന്നു).

**മാനസികാരോഗ്യകേന്ദ്രം, മുളങ്കുന്നത്തുകാവ്, തൃശ്ശൂർ**

- 1889ൽ കൊച്ചി മഹാരാജാവിനാൽ സ്ഥാപിക്കപ്പെട്ടു.
- 361 രോഗികളെ കിടത്തി ചികിത്സിക്കാനുള്ള സൗകര്യം.

**സർക്കാർ മാനസികാരോഗ്യകേന്ദ്രം, കുതിരവട്ടം, കോഴിക്കോട്**

- 1872ൽ സ്ഥാപിക്കപ്പെട്ടു.
- 700 രോഗികളെ കിടത്തി ചികിത്സിക്കാനുള്ള സൗകര്യം.

ഇതു കൂടാതെ എല്ലാ ജില്ലാ ആശുപത്രികളിലും ഇന്ന് മനോരോഗ ചികിത്സകന്മാരുടെ സേവനം ലഭ്യമാണ്. മാത്രവുമല്ല, ജില്ലാ മാനസികാരോഗ്യ പദ്ധതിയുടെ ആഭിമുഖ്യത്തിൽ ഡോക്ടർമാരും സൈക്കോളജിസ്റ്റുമാരും സൈക്യാട്രിക് സോഷ്യൽ വർക്കർമാരും നേഴ്സുമാരുമടങ്ങുന്ന സംഘങ്ങൾ നിശ്ചിത ദിവസങ്ങളിൽ പ്രാഥമികാരോഗ്യകേന്ദ്രങ്ങൾ സന്ദർശിക്കുകയും രോഗികളെ പരിശോധിച്ച് ചികിത്സയും ഔഷധങ്ങളും നൽകുകയും ചെയ്യുന്നു.

അനുബന്ധം - 2

# കേരളത്തിൽ പ്രവർത്തിക്കുന്ന മനോരോഗികൾക്കായുള്ള പുനരധിവാസകേന്ദ്രങ്ങൾ

| കേന്ദ്രം | സർക്കാർ/സർക്കാരിതര സ്ഥാപനം |
|---|---|
| | തിരുവനന്തപുരം |
| 1. ആശാഭവനം (പുരുഷന്മാർ) നന്തൻകോട്, തിരുവനന്തപുരം | കേരളസർക്കാരിന്റെ സോഷ്യൽ വെൽഫയർ ബോർഡ് സ്ഥാപനം |
| 2. ആശാഭവനം (സ്ത്രീകൾ) പൂജപ്പുര, തിരുവനന്തപുരം | കേരളസർക്കാരിന്റെ സോഷ്യൽ വെൽഫയർ ബോർഡ് സ്ഥാപനം |
| 3. സിക്ക് (സെന്റ് ഇഗ്നേഷ്യസ് ചാരിറ്റി കേന്ദ്രം), ഐഡിയൽ മാർബിൾ സിന് എതിർവശം, പന്തപ്ലാഡ്, വട്ടപ്പാറ പി ഒ, തിരുവനന്തപുരം | സർക്കാരിതരസ്ഥാപനം |
| 4. നവജീവൻ പുനരധിവാസകേന്ദ്രം, (പുരുഷന്മാർ) മുളയറ, മുളയറ സി എസ് ഐ ചർച്ച്, പേയാട്, തിരുവനന്തപുരം | സർക്കാരിതരസ്ഥാപനം |

| | |
|---|---|
| 5. ഗാന്ധിഭവൻ, ട്രസ്റ്റ് ഓഫ് മഹാത്മാഗാന്ധി ഇന്റർനാഷണൽ ചാരിറ്റീസ്, ഗവൺമെന്റ് ആശുപത്രിക്കുഎതിർവശം, പോസ്റ്റ് ബോക്സ്: 39, പത്തനാപുരം, കൊല്ലം | **കൊല്ലം**<br>സർക്കാരിതരസ്ഥാപനം |
| 6. എസ് എസ് സമിതി അഭയകേന്ദ്രം (പുരുഷന്മാരും സ്ത്രീകളും) പുള്ളിച്ചിറ, മയ്യനാടു പി ഒ, കൊല്ലം | സർക്കാരിതരസ്ഥാപനം |
| 7. കാരുണ്യ ഷാലോംട്രസ്റ്റ്, മല്ലപ്പള്ളി നോർത്ത്, പത്തനംതിട്ട – 689 594 | **പത്തനംതിട്ട**<br>സർക്കാരിതരസ്ഥാപനം |
| 8. കെയർ ഇന്ത്യ ഹോം (പുരുഷന്മാരും സ്ത്രീകളും) ക്രിസ്തു രാജാ ഇംഗ്ലീഷ് മീഡിയം സ്കൂളിന് എതിർ വശം, ചുങ്കപ്പാറ പി ഒ, പത്തനംതിട്ട | സർക്കാരിതരസ്ഥാപനം |
| 9. നവജീവൻ കേന്ദ്രം, മലയാലപ്പുഴ, താഴം പി ഒ, പത്തനംതിട്ട – 689666 | സർക്കാരിതരസ്ഥാപനം |
| 10. സർവോദയ ശാന്തി ഭവൻ, ആലപ്പുഴ | **ആലപ്പുഴ**<br>സർക്കാരിതരസ്ഥാപനം |
| 11. മരിയാസദനം (പുരുഷന്മാരും സ്ത്രീകളും) പാല | **കോട്ടയം**<br>സർക്കാരിതരസ്ഥാപനം |
| 12. പെനുവേൽ ആശ്രമം, ദിവ്യകാരുണ്യ നഗർ, താമ്പലക്കാട്, കോട്ടയം – 686 506 | സർക്കാരിതരസ്ഥാപനം |

| | |
|---|---|
| 13. അവേ മരിയ ചാരിറ്റബിൾ ട്രസ്റ്റ് (പുരുഷന്മാരും സ്ത്രീകളും), കാണക്കാരി, കുറവിലങ്ങാട്, ഉഴവൂർ പി ഒ, കോട്ടയം. | സർക്കാരിതരസ്ഥാപനം |
| 14. അരിയൻ ദിവ്യ കാരുണ്യ സ്നേഹാശ്രമം, കഞ്ഞിക്കുഴി, കോട്ടയം | സർക്കാരിതരസ്ഥാപനം |
| 15. സെന്റ് ഫ്രാൻസിസ് മെന്റൽ ഹെൽത്ത് സെന്റർ, അയർക്കുന്നം പി ഒ, അറുമാനൂർ, കോട്ടയം. | സർക്കാരിതരസ്ഥാപനം |
| 16. എസ് എച്ച് ഹോസ്പിറ്റൽ, പൈങ്കുളം, തൊടുപുഴ. | **ഇടുക്കി**<br>സർക്കാരിതരസ്ഥാപനം |
| 17. സ്നേഹമന്ദിരം, പടമുഖം, കട്ടപ്പന തെക്ക്, ഇടുക്കി - 685 515 | സർക്കാരിതരസ്ഥാപനം |
| 18. ആശാഭവൻ (പുരുഷന്മാർ), കാക്കനാട്, എറണാകുളം. | **എറണാകുളം**<br>കേരളസർക്കാരിന്റെ സോഷ്യൽ വെൽഫയർ ബോർഡ് സ്ഥാപനം |
| 19. ബെത്‌ലഹേം അഭയ ഭവൻ, കുവപ്പടി, പെരുമ്പാവൂർ - 683 544<br>20. ഇവാൻജൽ ആശ്രമം, കൂനൻമാവ് പി ഒ, എറണാകുളം - 683 518 | സർക്കാരിതരസ്ഥാപനം<br><br>സർക്കാരിതരസ്ഥാപനം |
| 21. സായ് ശങ്കര ശാന്തി കേന്ദ്രം, കാലടി പി ഒ, എറണാകുളം | ട്രസ്റ്റ് |

| | |
|---|---|
| 22. ആശാഭവൻ, രാമ വർമപുരം, തൃശ്ശൂർ<br><br>23. ഇമ്മാനുവേൽ കൃപ, കൊടകര പി ഒ, തൃശ്ശൂർ – 680 684 | **തൃശ്ശൂർ**<br>കേരളസർക്കാരിന്റെ സോഷ്യൽ വെൽഫയർ ബോർഡ് സ്ഥാപനം<br><br>സർക്കാരിതരസ്ഥാപനം |
| 24. സ്നേഹാലയം, മുണ്ടത്തികോട്, തൃശ്ശൂർ – 680 595 | സർക്കാരിതരസ്ഥാപനം |
| 25. സെന്റ് ജോസഫ്സ് മെന്റൽ ഹെൽത്ത് സെന്റർ, പുല്ലഴി, തൃശ്ശൂർ | സർക്കാരിതരസ്ഥാപനം |
| 26. സ്നേഹാശ്രമം, മുതലമട സ്നേഹം ചാരിറ്റബിൾ ട്രസ്റ്റ്, മുതലമുട പി ഒ, പാലക്കാട് | **പാലക്കാട്**<br>സർക്കാരിതരസ്ഥാപനം |
| 27. തൃതു ആശ്രമം, കരിമ്പ പി ഒ, പാലക്കാട് – 678 597 | സർക്കാരിതരസ്ഥാപനം |
| 28. നിർമല അഭയഭവൻ, മുത്തേടം പി ഒ, നിലമ്പൂർ, മലപ്പുറം – 686 001<br>29. റോസ് മെനോ – ഷോർട്ട് സ്റ്റേ ഹൗസ്, വേങ്ങറ, മലപ്പുറം | **മലപ്പുറം**<br>സർക്കാരിതരസ്ഥാപനം<br><br>സർക്കാരിതരസ്ഥാപനം |
| 30. ആശാഭവനം (സ്ത്രീകൾ), ചെസ്റ്റ് ഹോസ്പിറ്റലിനു സമീപം, മായനാട്, മെഡിക്കൽ കോളേജ് പി ഒ, കോഴിക്കോട്. | **കോഴിക്കോട്**<br>കേരളസർക്കാരിന്റെ സോഷ്യൽ വെൽഫെയർ ബോർഡ് സ്ഥാപനം |

| | |
|---|---|
| 31. ആശാഭവൻ (പുരുഷന്മാർ), ജുവനൈൽ കോർട്ടിനു സമീപം, ഗവൺമെന്റ് പ്രസ്സ് കോമ്പൗണ്ട്, വെള്ളിമാടുകുന്ന് പി ഒ, കോഴിക്കോട്. | കേരള സർക്കാരിന്റെ സോഷ്യൽ വെൽഫെയർ ബോർഡ് സ്ഥാപനം |
| 32. ആശ്രയ, പെരുവയൽ പി ഒ, കല്ലേരി, പുവാട്ടുപറമ്പ്, കോഴിക്കോട് | സർക്കാരിതരസ്ഥാപനം |
| 33. അസീസ് മെമ്മോറിയൽ മാനസ ട്രസ്റ്റ്, ചുവന്നകുന്ന്, തലക്കുളത്തൂർ, കോഴിക്കോട് – 673 317 | സർക്കാരിതരസ്ഥാപനം |
| 34. ശാന്തി ഭവൻ, പോസ്റ്റ് ബോക്സ് നമ്പർ 1503, മെഡിക്കൽ കോളേജ് പി ഒ, കോഴിക്കോട് – 673 008 | സർക്കാരിതരസ്ഥാപനം |
| 35. ജ്യോതി നിവാസ് (പുരുഷന്മാരും സ്ത്രീകളും), വഴവാറ്റാ പി ഒ, വയനാട് – 673 122 | **വയനാട്**<br>സർക്കാരിതരസ്ഥാപനം |
| 36. സ്നേഹഭവൻ, നെല്ലിപ്പാറ പി ഒ, ആലക്കോട് വഴി, കണ്ണൂർ – 670 571 | **കണ്ണൂർ**<br>സർക്കാരിതരസ്ഥാപനം |
| 37. കണ്ണൂർ ജില്ലാ അഭയനികേതൻ, തോട്ടട, കണ്ണൂർ – 670 007 | സർക്കാരിതരസ്ഥാപനം |

**അനുബന്ധം - 3**

# മനോരോഗങ്ങളുമായി ബന്ധപ്പെട്ട പദങ്ങളും അവയുടെ ലളിതമായ അർഥവും

1. Abreaction - മനസ്സിൽ അടിഞ്ഞുകൂടിയിരിക്കുന്ന ശക്തിയേറിയ വൈകാരികാവസ്ഥകളും ചിന്തകളും പുറമേക്കു കൊണ്ടുവരാനായി ഉപയോഗിക്കുന്ന മാർഗം. ഔഷധങ്ങൾ ഉപയോഗിച്ചോ സംഗീതം പോലെയുള്ള മറ്റു മാർഗങ്ങളുപയോഗിച്ചോ ഇതു സാധിക്കാം.
2. Acute stress disorder - ആസന്നഘട്ടങ്ങളിൽ പെട്ടെന്നുണ്ടാകുന്ന സംഘർഷജന്യമനോരോഗാവസ്ഥ.
3. Acrophobia - ഉയരങ്ങളോടുള്ള ഭയം.
4. Addiction - മരുന്നുകളോടുള്ള അമിതമായ ആസക്തി.
5. Adrenaline - മസ്തിഷ്കത്തിലെ ഒരു രാസവസ്തു.
6. Affect - വൈകാരികപ്രകടനം.
7. Agoraphobia - തുറസായ സ്ഥലങ്ങളോടുള്ള ഭീതി.
8. Akathisia - ശാരീരികമായും മാനസികമായും വെപ്രാളവും ഒരിടത്തിരിക്കാനുള്ള കഴിവില്ലാതാവുന്നതുമായ ഒരവസ്ഥ. പലപ്പോഴും ചില മരുന്നുകളുടെ പാർശ്വഫലമാണിത്.
9. Alcoholics Anonymous - ഒരിക്കൽ മദ്യപാനം ഉപേക്ഷിച്ചവർക്കായുള്ള സ്വയംസഹായ സംഘം.
10. Alexithymia - അനുഭവങ്ങൾ വാക്കിലൂടെ പ്രകടിപ്പിക്കാനുള്ള കഴിവില്ലായ്മ.
11. Alzheimer's disease - മേധാക്ഷയത്തിന്റെ പ്രഥമ കാരണമായ രോഗം.
12. Amnesia - മറവി.

13. Amnestic syndrome – ലഹരിവസ്തുക്കളുടെ ഉപയോഗംകൊണ്ടോ ശിരസിനേൽക്കുന്ന ക്ഷതംകൊണ്ടോ ഉണ്ടാകുന്ന മറവിരോഗം.
14. Amphetamine – ഒരു ലഹരിവസ്തു.
15. Anankastic Personality – ഒബ്സസീവ് കംപൽസീവ് പേഴ്സണാലിറ്റിക്കുള്ള മറ്റൊരു പേര്.
16. Anhedonia – സന്തോഷം അനുഭവിക്കാനുള്ള കഴിവില്ലായ്മ.
17. Anorexia nervosa – ഭക്ഷണക്രമവുമായി ബന്ധപ്പെട്ട ഒരു രോഗാവസ്ഥ.
18. Anti anxiety drugs – ആകാംക്ഷാരോഗചികിത്സയ്ക്ക് ഉപയോഗിക്കുന്ന ഔഷധങ്ങൾ.
19. Anti convulsant drugs – അപസ്മാര ചികിത്സയ്ക്ക് ഉപയോഗിക്കുന്ന ഔഷധങ്ങൾ.
20. Anti depressant drugs – വിഷാദരോഗലക്ഷണങ്ങളുടെ ചികിത്സയ്ക്ക് ഉപയോഗിക്കുന്ന ഔഷധങ്ങൾ.
21. Anti psychotic drugs – സൈക്കോട്ടിക് രോഗലക്ഷണങ്ങൾ ചികിത്സിക്കുന്നതിനുള്ള മരുന്നുകൾ.
22. Anxiety – ആകാംക്ഷ, ഉൽക്കണ്ഠ.
23. Apathy – വികാരങ്ങളില്ലാത്ത അവസ്ഥ.
24. Aphasia – സംസാരിക്കുവാനും സംസാരം മനസിലാക്കുവാനുമുള്ള കഴിവില്ലായ്മ.
25. Apraxia – പഠിച്ച കാര്യങ്ങൾ ചെയ്യാനുള്ള കഴിവില്ലായ്മ.
26. Asperger's syndrome – ഒരു തരം പൊതു വളർച്ചാവൈകല്യം.
27. Asylum – മനോരോഗാശുപത്രി.
28. Autism – ഒരു തീവ്ര പൊതു വളർച്ചാവൈകല്യം.
29. Autogynophilia – സ്ത്രീകളെപ്പറ്റി ചിന്തിക്കുമ്പോൾ ലൈംഗികസംതൃപ്തിതോന്നുന്ന സ്വഭാവം.
30. Behavioral sciences – സ്വഭാവപഠനശാസ്ത്രം.
31. Bestiality – മൃഗങ്ങളുമായുള്ള ലൈംഗികവേഴ്ച.
32. Bipolar disorder – വിഷാദവും ഉന്മത്താവസ്ഥയും മാറി മാറി വരുന്ന വൈകാരികരോഗം.
33. Bisexuality – ആണുങ്ങളോടും പെണ്ണുങ്ങളോടും ലൈംഗികാകർഷണമുള്ള അവസ്ഥ.
34. Body dysmorphic disorder – ശരീരത്തിന്റെ ആകൃതി വികൃതമായിപ്പോയെന്ന തോന്നലുള്ള ഒരു മനോരോഗാവസ്ഥ.
35. Bulimia nervosa – ഭക്ഷണരീതിയുമായി ബന്ധമുള്ള ഒരു രോഗാവസ്ഥ.

36. Catalepsy - ചില പ്രത്യേക രീതികളിൽ രോഗി അനങ്ങാതെ നിൽക്കുന്ന അവസ്ഥ.
37. Cerebrovascular Accident or CVA (Stroke) - പക്ഷാഘാതം.
38. Cerebrum - മസ്തിഷ്കത്തിന്റെ പ്രധാന ഭാഗം.
39. Child abuse - മാനസികമായോ ശാരീരികമായോ ലൈംഗികമായോ കുട്ടികളെ പീഡിപ്പിക്കുന്ന അവസ്ഥ.
40. Chronic schizophrenia - വർഷങ്ങളായി നീണ്ടു നിൽക്കുന്ന സ്കിസോഫ്രീനിയ രോഗം.
41. Claustrophobia - അടഞ്ഞ സ്ഥലങ്ങളോടുള്ള ഭീതി.
42. Clinical psychology - രോഗചികിത്സയുമായി ബന്ധമുള്ള മനഃശാസ്ത്ര ശാഖ.
43. Coma - വേദനിപ്പിച്ചാലും രോഗി ഉണർന്നെഴുന്നേൽക്കാത്ത അബോധാവസ്ഥ.
44. Compulsion - ഒബ്സഷൻ മൂലമുള്ള ആകാംക്ഷ കുറയ്ക്കുന്നതിനുവേണ്ടി രോഗി ആവർത്തിച്ചു ചെയ്യുന്ന അനുഷ്ഠാനങ്ങൾ.
45. Conduct disorder - സാമൂഹ്യവിരുദ്ധസ്വഭാവങ്ങൾ കാണിക്കുന്ന കുട്ടികളിലെ ഒരു രോഗാവസ്ഥ.
46. Confabulation - ഓർമപ്പിശകു മറയ്ക്കാൻ രോഗി കഥകൾ മെനഞ്ഞെടുക്കുന്ന പ്രക്രിയ.
47. Cyclothymia - ലഘുവിഷാദവും ലഘു ഉന്മാദവും ചേർന്ന് നീണ്ടു നിൽക്കുന്ന രോഗാവസ്ഥ.
48. Deinstitutionalization - മനോരോഗാസ്പത്രികൾ അടച്ചുപൂട്ടി അവിടെനിന്നും രോഗികളെ പുറത്തേക്ക് അയയ്ക്കുന്ന ആശയം.
49. Deja vu - മുൻപു പോയിട്ടില്ലാത്ത ഒരു സ്ഥലത്തു ചെല്ലുമ്പോൾ ആ സ്ഥലം നന്നേ പരിചയമുണ്ടെന്നു തോന്നുന്ന അവസ്ഥ.
50. Delirium - സ്ഥിതി-സ്ഥല-കാല ബോധമില്ലായ്മ.
51. Delirium tremens - മദ്യം കഴിക്കുന്നവരിൽ ഉണ്ടാകുന്ന തീവ്രമായ വിത്ത്ഡ്രാവൽ ലക്ഷണം.
52. Delusion - മിഥ്യാവിശ്വാസം.
53. Delusional disorder - സംശയരോഗം.
54. Delusion of grandeur - തനിക്ക് മറ്റുള്ളവരെക്കാൾ സാമ്പത്തിക ശേഷിയോ, കഴിവോ, അധികാരമോ സൗന്ദര്യമോ ഒക്കെ ഉണ്ടെന്നുള്ള മിഥ്യാവിശ്വാസം.
55. Delusion of persecution - മറ്റാരെങ്കിലും തന്നെ അപായപ്പെടുത്താൻ ശ്രമിക്കുന്നു എന്ന മിഥ്യാവിശ്വാസം.
56. Dementia - മേധാക്ഷയം.

57. Depersonalization – തനിക്ക് എന്തോ മാറ്റം സംഭവിക്കുന്നു എന്ന തോന്നൽ.
58. Depression – വിഷാദരോഗം.
59. Derealization – ചുറ്റുമുള്ള അന്തരീക്ഷവും വസ്തുക്കളും മാറിപ്പോയെന്ന തോന്നൽ.
60. Dissociative (Conversion) Disorder – സംഘർഷങ്ങൾ മാനസികമോ ശാരീരികമോ ആയ രോഗലക്ഷണങ്ങൾ ആയി പ്രത്യക്ഷപ്പെടുന്ന അവസ്ഥ.
61. Distress – നെഗറ്റീവ് ആയ സംഘർഷാവസ്ഥ.
62. Dopamine – മസ്തിഷ്കത്തിലെ ഒരു രാസവസ്തു.
63. Drug dependence – ലഹരി മരുന്നിന് രോഗി അടിമപ്പെടുന്ന അവസ്ഥ.
64. Dyslexia – എഴുതാനുള്ള കഴിവിന്റെ വൈകല്യം.
65. Dysthymia – നീണ്ടു നിൽക്കുന്ന ലഘുവിഷാദരോഗം.
66. Eating disorders – ഭക്ഷണക്രമവുമായി ബന്ധപ്പെട്ട രോഗാവസ്ഥകൾ.
67. Echolalia – രോഗി ഡോക്ടറുടെ അതേ വാക്കുകൾ ആവർത്തിക്കുന്ന ശീലം.
68. Electroconvulsive Therapy (ECT) – ഷോക്കുചികിത്സ.
69. Electroencephalogram (EEG) – മസ്തിഷ്കത്തിലെ വൈദ്യുതി പ്രവാഹത്തിന്റെ രേഖ.
70. Empathy – രോഗിയുടെ അവസ്ഥ രോഗിയുടെ അതേ മാനസികാവസ്ഥയിൽ നിന്നുകൊണ്ട് അറിയാനുള്ള ചികിത്സകന്റെ കഴിവ്.
71. Encopresis – അസ്ഥാനത്ത് മലവിസർജനം ചെയ്യുന്ന രോഗാവസ്ഥ.
72. Enuresis – രാത്രിയിൽ അല്ലെങ്കിൽ പകൽ അസ്ഥാനത്ത് മൂത്രമൊഴിക്കുന്ന രോഗാവസ്ഥ.
73. Epilepsy – അപസ്മാരം
74. Epinephrine – മസ്തിഷ്കത്തിലെ ഒരു രാസവസ്തു.
75. Eustress – പോസിറ്റീവായ സംഘർഷാവസ്ഥ.
76. Exhibitionism – പ്രതീക്ഷിക്കാത്ത വ്യക്തികളുടെ മുന്നിൽ സ്വന്തം നഗ്നത പ്രകടിപ്പിച്ച് സംതൃപ്തി നേടുന്ന രതിവൈകല്യം.
77. Exorcism – പിശാചുക്കളെയും ബാധകളെയും മന്ത്രവാദത്തിലൂടെ ഓടിക്കുന്ന കർമം.
78. Factitious disorder – മറ്റുള്ളവരിൽനിന്നും ശ്രദ്ധയും പരിചരണവും കിട്ടുന്നതിനുവേണ്ടി രോഗലക്ഷണങ്ങൾ പ്രകടിപ്പിക്കുന്ന രോഗാവസ്ഥ.

79. Female orgasmic disorder – സ്ത്രീകളിലെ രതിമൂർച്ഛയില്ലായ്മ.
80. Female sexual arousal disorder – സ്ത്രീകളിലുണ്ടാകുന്ന ലൈംഗിക ഉത്തേജനക്കുറവ്.
81. Fetal alcohol syndrome – മദ്യപിക്കുന്ന അമ്മമാരുടെ കുട്ടികൾക്കുണ്ടാകുന്ന ബുദ്ധിമാന്ദ്യവും ശാരീരികവൈകല്യങ്ങളും കൂടിച്ചേർന്ന രോഗാവസ്ഥ.
82. Fetishism – എതിർലിംഗത്തിലുള്ള വ്യക്തിയുടെ വസ്ത്രങ്ങളോ മറ്റു വസ്തുക്കളോ ധരിച്ച് ലൈംഗികസംതൃപ്തി കൈവരുത്തുന്ന അവസ്ഥ.
83. Flashback – ചില ലഹരിവസ്തുക്കൾ ഉപയോഗിക്കാതിരിക്കുന്ന അവസ്ഥയിൽ മുൻപ് ഉപയോഗിച്ചിരുന്ന അവസ്ഥയിലുണ്ടായിരുന്ന അനുഭവങ്ങൾ വീണ്ടും വരുന്ന അവസ്ഥ.
84. Frontal lobe – മസ്തിഷ്കത്തിന്റെ മുൻഭാഗം; മനോരോഗചികിത്സയിൽ ഏറെ പ്രധാനം.
85. Fugue – അപ്രതീക്ഷിതമായി ഒരു വ്യക്തി വീട്ടിൽനിന്നോ ജോലിസ്ഥലത്തുനിന്നോ വളരെ ദൂരെയുള്ള സ്ഥലങ്ങളിലേക്ക് യാത്ര ചെയ്യുകയും മറ്റൊരു സ്ഥലത്ത് തങ്ങൾ എത്തിച്ചേർന്നതെങ്ങനെയെന്ന് ആശ്ചര്യം കൂറുകയും ചെയ്യുന്ന രോഗാവസ്ഥ.
86. Gender identity disorder – താൻ പുരുഷനോ സ്ത്രീയോ ആണെന്ന സ്വത്വബോധത്തിലുണ്ടാകുന്ന വൈകല്യങ്ങൾ.
87. Generalized anxiety disorder – പൊതുവായ ആകാംക്ഷാരോഗം.
88. Geriatrics – വൃദ്ധന്മാരുടെ രോഗാവസ്ഥയെക്കുറിച്ചുള്ള പഠനശാഖ.
89. Grief – നമുക്ക് ഏറ്റവും ഇഷ്ടപ്പെട്ട വസ്തുക്കൾ നഷ്ടപ്പെടുമ്പോഴുള്ള അവസ്ഥ.
90. Hallucinations – മിഥ്യാബോധങ്ങൾ.
91. Hallucinogens – ഒരു മയക്കുമരുന്ന്.
92. Hashish – ഒരു മയക്കുമരുന്ന്.
93. Heroin – ഒരു മയക്കുമരുന്ന്.
94. Heterosexuality – ഉഭയലൈംഗികത്വം.
95. Homosexuality – സ്വന്തം ലിംഗത്തിൽപ്പെട്ട വ്യക്തികളോടുള്ള ലൈംഗിക താൽപ്പര്യം.
96. Hypnosis – ശക്തിയായ നിർദേശങ്ങളിലൂടെ രോഗിയെ മയക്കത്തിലാഴ്ത്തുന്ന മനഃശാസ്ത്രചികിത്സാരീതി.
97. Hypomania – ലഘുവായ ഉന്മാദാവസ്ഥ.
98. Hysteria – കൺവേർഷൻ രോഗങ്ങളുടെ പഴയ പേര്.
99. Illusion – പുറമേ കാണുന്ന ഒരു വസ്തുവിനെ തെറ്റായി മനസിലാക്കുകയോ തെറ്റായി വ്യാഖ്യാനിക്കുകയോ ചെയ്യുന്ന രോഗലക്ഷണം.

100. Incest – രക്തബന്ധമുള്ളവർ തമ്മിലുള്ള ലൈംഗികബന്ധം.
101. Insanity – മനോരോഗങ്ങൾക്ക് നിയമപരമായി ഉപയോഗിക്കുന്ന പൊതുവായ പേര്.
102. Insight – സ്വന്തം അവസ്ഥയെക്കുറിച്ചുള്ള തിരിച്ചറിവ്.
103. Insomnia – ഉറങ്ങിത്തുടങ്ങുന്നതിനും ഉറക്കം നിലനിർത്തുന്നതിനുമുള്ള ബുദ്ധിമുട്ട്.
104. Intelligence – ബുദ്ധി.
105. Intelligence quotient – ബുദ്ധി പരിശോധനയിലൂടെ കണ്ടുപിടിക്കുന്ന ബുദ്ധിയുടെ അളവ്.
106. Intelligence test – ബുദ്ധി പരിശോധന.
107. Intoxication – അമിതമായ അളവിൽ ലഹരിവസ്തുക്കൾ കഴിക്കുന്നതു കൊണ്ടുണ്ടാകുന്ന രോഗാവസ്ഥ.
108. Jamais vu – നന്നായി പരിചയമുള്ള ഒരു സ്ഥലത്തു പോകുമ്പോൾ ആ സ്ഥലം ഒട്ടും പരിചയമില്ലെന്ന് രോഗിക്കു തോന്നുന്ന അവസ്ഥ.
109. Juvenile delinquency – പ്രായപൂർത്തിയാകുന്നതിനു മുൻപു ചെയ്യുന്ന കുറ്റകൃത്യങ്ങൾ.
110. Lesbianism – സ്ത്രീകളിലെ സ്വവർഗലൈംഗിക താൽപ്പര്യം.
111. LSD – ഒരു ലഹരിവസ്തു.
112. Lunacy – മനോരോഗങ്ങൾക്ക് പണ്ട് ഉപയോഗിച്ചിരുന്ന വാക്ക്; ചന്ദ്രനും മനോരോഗങ്ങളും തമ്മിൽ ബന്ധപ്പെട്ടിരിക്കുന്നു എന്ന വിശ്വാസത്തിൽനിന്നും വന്ന വാക്ക്.
113. Madness – മനോരോഗങ്ങൾക്ക് പൊതുവായി ഉപയോഗിക്കുന്ന വാക്ക്.
114. Major depressive disorder – അതിതീവ്രമായ വിഷാദരോഗം.
115. Major tranquilizer – ആന്റിസൈക്കോട്ടിക് ഔഷധങ്ങൾക്കുള്ള മറ്റൊരു പേര്.
116. Masochism – ലൈംഗികപങ്കാളിയിൽനിന്നും പീഡനങ്ങളേറ്റുവാങ്ങി ലൈംഗികസംതൃപ്തി നേടുന്ന പ്രവണത.
117. Migraine – കഠിനമായ തലവേദന ലക്ഷണമായുള്ള ഒരു ശിരോരോഗം. ശിരസിലെ ഒരു ഭാഗത്തു മാത്രമുള്ള വേദന, വെളിച്ചത്തിനോടും ശബ്ദത്തിനോടുമുള്ള അസഹ്യത എന്നിവ പ്രധാന ലക്ഷണങ്ങൾ.
118. Mood disorders – വൈകാരികരോഗങ്ങൾ.
119. Mood stabilizer – വൈകാരിക സന്തുലിതാവസ്ഥ കാത്തുസൂക്ഷിക്കുന്ന ഔഷധങ്ങൾ.
120. Morphine – വേദനാസംഹാരിയായ ഒരു ലഹരിവസ്തു.
121. Multiple Personality Disorder – ഒരു വ്യക്തിയിൽ തന്നെ ഒന്നി

ലേറെ വ്യക്തിത്വങ്ങൾ പല സമയത്തായി പ്രകടമാവുന്ന അവസ്ഥ.

122. Narcolepsy – അതിനിദ്രയുടെ പ്രധാന കാരണങ്ങളിലൊന്നായ രോഗാവസ്ഥ.

123. Negativism – എന്തെങ്കിലും കാര്യങ്ങൾ പറഞ്ഞാൽ രോഗി അത് ചെയ്യാതെ വരുന്ന അവസ്ഥ.

124. Neologism – രോഗി കണ്ടുപിടിക്കുന്ന പുതിയ ഒരു വാക്കോ അല്ലെങ്കിൽ ഒരു വാക്ക് പുതിയൊരു അർഥത്തോടു കൂടിയോ ഉപയോഗിക്കുന്ന പ്രവൃത്തി.

125. Neuron – ശിരോകോശം.

126. Neurosis – യാഥാർഥ്യബോധം നഷ്ടപ്പെടാത്ത ലഘുമനോരോഗം.

127. Neurosyphilis – മസ്തിഷ്കത്തെ ബാധിക്കുന്ന സിഫിലിസ് രോഗാവസ്ഥ.

128. Nicotine – പുകയിലയിൽ അടങ്ങിയിരിക്കുന്ന ഒരു ലഹരിവസ്തു.

129. NREM sleep – ഉറക്കത്തിന്റെ രണ്ടു ഘട്ടങ്ങളിൽ ഒന്ന്.

130. Obsession – ഒരു വ്യക്തിയുടെ ഇംഗിതത്തിനു വിപരീതമായി ആവർത്തിച്ച് സ്ഥിരമായി ചിന്തകളും ആശയങ്ങളും അയാളുടെ മനസിലേക്ക് ഇടിച്ചുതള്ളിക്കയറുന്ന അവസ്ഥയാണ് ഒബ്സഷൻ.

131. Obsessive compulsive disorder (OCD) – ഒബ്സഷൻ, കംപൽഷൻ എന്നീ ലക്ഷണങ്ങൾ കാണിക്കുന്ന രോഗാവസ്ഥ.

132. Opium – മരുന്നടിമത്തം സൃഷ്ടിക്കുന്ന ഒരു ലഹരിവസ്തു.

133. Paranoia – സംശയം പ്രമുഖ ലക്ഷണമായ രോഗാവസ്ഥ.

134. Paraphilia – രതിജന്യവസ്തുക്കൾ തെരഞ്ഞെടുക്കുന്നതിലെ വൈകല്യങ്ങൾ.

135. Parkinson's disease – വേഗതക്കുറവ്, ബലക്കൂടുതൽ, വിറയൽ തുടങ്ങിയ ലക്ഷണങ്ങൾ കാണിക്കുന്ന രോഗാവസ്ഥ.

136. Pathological gambling – ചൂതാട്ടത്തിൽ ഏർപ്പെടാനുള്ള അമിതമായ ആസക്തി.

137. Pedophilia – കുട്ടികളുമായുള്ള ലൈംഗികബന്ധം.

138. Phobia – ആശയങ്ങളോടും വസ്തുക്കളോടും സാഹചര്യങ്ങളോടുമുള്ള അകാരണമായ ഭീതി.

139. Placebo effect – പ്രത്യേകിച്ച് ഔഷധഗുണമില്ലാത്ത മരുന്നുകൾ ശരീരത്തിൽ സൃഷ്ടിക്കുന്ന രോഗശമനം.

140. Positive symptom schizophrenia – സാധാരണക്കാരിൽ ഇല്ലാത്ത ലക്ഷണങ്ങൾ മനോരോഗികളിലുള്ളതിനെയാണ് പോസിറ്റീവ് ലക്ഷണങ്ങൾ എന്നു പറയുന്നത്. ഉദാ: മിഥ്യാവിശ്വാസം, മിഥ്യാബോധം.

141. Prognosis – രോഗത്തിന്റെ ഗതിയും അന്ത്യവും.

142. Pseudodementia – ഡിമെൻഷ്യ രോഗത്തിനു സമമായ ചിന്താക്കുഴപ്പം ഉളവാക്കുന്ന ഒരു രോഗാവസ്ഥ. പലപ്പോഴും വിഷാദരോഗമാണ് പ്രധാന കാരണം.
143. Psychiatrist – മനോരോഗചികിത്സകൻ.
144. Psychiatry – മനോരോഗചികിത്സാവിഭാഗം.
145. Psychiatric Social Worker – മനോരോഗചികിത്സാസംഘത്തിലെ സാമൂഹ്യപ്രവർത്തകൻ. സാമൂഹ്യചികിത്സാമാർഗങ്ങൾ ആവിഷ്കരിക്കുന്നതിലും നടപ്പാക്കുന്നതിലും പ്രധാന പങ്കു വഹിക്കുന്നു.
146. Psychoactive drugs – മസ്തിഷ്കത്തിന്റെ പ്രവർത്തനത്തെ ബാധിക്കുന്ന ഔഷധങ്ങൾ.
147. Psychology – മനസിനെക്കുറിച്ചുള്ള പഠനവിഭാഗം.
148. Psychologist – മനഃശാസ്ത്രജ്ഞൻ.
149. Psychosis – യാഥാർഥ്യവുമായി ബന്ധം നഷ്ടപ്പെട്ടുപോകുന്ന ഗുരുതരമായ മനോരോഗാവസ്ഥ.
150. Psychosurgery – മസ്തിഷ്കത്തിന്റെ ഒരു ഭാഗത്തുനിന്നും മറ്റൊരു ഭാഗത്തേക്കുള്ള ശിരോകോശപാതകൾ മുറിച്ചുള്ള ചികിത്സാരീതി.
151. Psychotherapy – വിദഗ്ധനായ ഒരു ചികിത്സകൻ മനഃശാസ്ത്രപരമായ സമീപനത്തിലൂടെ മനോരോഗങ്ങൾ മരുന്നുകളില്ലാതെ ചികിത്സിച്ചു ഭേദമാക്കുന്ന രീതി.
152. Rapid cycling – ഒരു വർഷത്തിൽ നാലോ അതിലധികമോ തവണ ഉണ്ടാകുന്ന ബൈപോളാർ രോഗാവസ്ഥ.
153. Rapport – രോഗിയും ഡോക്ടറും തമ്മിൽ ഉണ്ടാവുന്ന തുറന്ന സമീപനം; ചികിത്സയിൽ ഇത് വളരെയേറെ പ്രധാനമാണ്.
154. Rehabilitation – പുനരധിവാസം.
155. Sadism – പങ്കാളിയെ ശാരീരികമായി പീഡിപ്പിച്ച് ലൈംഗികസംതൃപ്തി നേടുന്ന രോഗാവസ്ഥ.
156. Schizo affective disorder – സ്കിസോഫ്രീനിയയുടെയും വൈകാരികരോഗങ്ങളുടെയും ലക്ഷണങ്ങൾ ഒരുമിച്ചു കാണുന്ന സൈക്കോസിസ് രോഗാവസ്ഥ.
157. Schizophrenia – സൈക്കോസിസ് വിഭാഗത്തിൽപ്പെട്ട പ്രധാനപ്പെട്ട ഒരു രോഗാവസ്ഥ.
158. Schizophreniform disorder – ആറു മാസത്തിൽ താഴെ നീണ്ടുനിൽക്കുന്ന സ്കിസോഫ്രീനിയ ലക്ഷണങ്ങളുള്ള ഒരു രോഗാവസ്ഥ.
159. Senile – പ്രായാധിക്യസംബന്ധിയായ.
160. Sexual abuse – ഒരു വ്യക്തിയുടെ സമ്മതമില്ലാതെ അയാളെ ശാരീരികമായോ മാനസികമായോ ലൈംഗികപീഡനത്തിനു വിധേയമാക്കുന്ന അവസ്ഥ.

161. Sexual dysfunction – ലൈംഗികമായ താൽപ്പര്യത്തിലോ ലൈംഗിക സംതൃപ്തിനേടുന്നതിലോ ഉള്ള ബുദ്ധിമുട്ട്.

162. Somatic – ശരീരസംബന്ധിയായ.

163. Somatization disorder – പല പല ശാരീരിക ലക്ഷണങ്ങൾ ഒരുമിച്ചു കാണുന്ന ഒരു രോഗാവസ്ഥ.

164. Stimulants – ഉത്തേജകമരുന്നുകൾ ഉദാ: ആംഫിറ്റമിൻ.

165. Stress – സംഘർഷാവസ്ഥ.

166. Suicide – ഒരു വ്യക്തി സമൂഹം അംഗീകരിക്കുന്ന മാർഗത്തിലൂടെയല്ലാതെ സ്വന്തം ജീവിതം അവസാനിപ്പിക്കുന്ന പ്രവൃത്തി; ആത്മഹത്യ.

167. Suicidology – ആത്മഹത്യാപഠനശാസ്ത്രം.

168. Vaginismus – യോനീദ്വാരത്തിലേക്കുള്ള കവാടത്തിനു ചുറ്റുമുള്ള പേശികളുടെ വലിഞ്ഞു മുറുകൽ. ഇതു കാരണം സംഭോഗം വളരെ വേദനാജനകമാകുന്നു.

169. Voyeurism – മറ്റുള്ളവർ വസ്ത്രം മാറുന്നതോ അല്ലെങ്കിൽ ലൈംഗികബന്ധത്തിൽ ഏർപ്പെടുന്നതോ ഒളിഞ്ഞു നോക്കി ലൈംഗികസംതൃപ്തി നേടുന്ന പ്രവണത.

170. Withdrawal symptoms – ലഹരിവസ്തുക്കൾ നിർത്തുമ്പോഴോ അവയുടെ അളവു കുറയ്ക്കുമ്പോഴോ ഉണ്ടാകുന്ന ശാരീരികവും മാനസികവുമായ അസ്വസ്ഥതകൾ.

171. Zoophobia – മൃഗങ്ങളോടുള്ള ഭയം.

**അനുബന്ധം - 4**

# നിങ്ങളുടെ കുടുംബത്തിൽ മനോരോഗമുള്ള ഒരു വ്യക്തി ഉണ്ടെങ്കിൽ നിങ്ങൾ ചെയ്യേണ്ടതെന്താണ്?

1. സ്ത്രീകളിലും പുരുഷന്മാരിലും ഏതു പ്രായക്കാരിലും ഏതു മതക്കാരിലും മനോരോഗങ്ങൾ ഉണ്ടാകാം.
2. മനോരോഗം ഒരു വ്യക്തിയുടെ കുറ്റംകൊണ്ടോ തെറ്റുകൊണ്ടോ അല്ല ഉണ്ടാകുന്നതെന്ന് മനസിലാക്കുക.
3. അപമാനം ഭയന്ന് രോഗം മറച്ചു വയ്ക്കാതിരിക്കുക.
4. എല്ലാ രോഗങ്ങൾക്കും വേണ്ടത് ചികിത്സയാണ്. മനോരോഗങ്ങൾക്കും.
5. രോഗത്തിന് നിങ്ങൾക്കു വിശ്വാസമുള്ള ഒരു മനോരോഗചികിത്സകനെ കണ്ട് ചികിത്സ തേടുക.
6. തുടക്കത്തിൽ ചികിത്സിച്ചാൽ രോഗം മാറാനുള്ള സാധ്യത കൂടുതലാണ്.
7. രോഗത്തെക്കുറിച്ചും രോഗചികിത്സയെക്കുറിച്ചും രോഗിയുടെ ഭാവിജീവിതത്തെക്കുറിച്ചും ഉള്ള സംശയങ്ങൾക്ക് നിങ്ങളുടെ ഡോക്ടറോട് സംസാരിച്ച് പരിഹാരം കാണുക.
8. ഔഷധങ്ങൾ നൽകേണ്ട ഘട്ടങ്ങളിൽ അത് ഒഴിവാക്കാതിരിക്കുക.
9. രോഗി ഔഷധങ്ങൾ കഴിക്കുന്നുണ്ടെന്ന് നേരിൽ കണ്ട് ഉറപ്പു വരുത്തുക.
10. മനോരോഗചികിത്സ അപൂർവം ഘട്ടങ്ങളിലൊഴികെ മറ്റു പല ശാരീരികരോഗങ്ങളെയും അപേക്ഷിച്ച് ചെലവു കുറഞ്ഞതാണെന്നു മനസിലാക്കുക.
11. മനഃശാസ്ത്രപരമായ ചികിത്സാരീതികളെക്കുറിച്ച് അറിയാൻ നിങ്ങൾക്കു താൽപ്പര്യമുണ്ടെങ്കിൽ നിങ്ങളുടെ ഡോക്ടറോട് അവയെക്കുറിച്ച് തുറന്നു സംസാരിക്കുക.

12. രോഗിയോട് പെരുമാറുമ്പോൾ നിങ്ങൾക്കുണ്ടാകുന്ന ബുദ്ധിമുട്ടുകളെക്കുറിച്ച് നിങ്ങളുടെ ഡോക്ടറുമായി തുറന്നു സംസാരിക്കുക.
13. ഔഷധങ്ങൾ കൊടുക്കുമ്പോൾ പാർശ്വഫലങ്ങൾ ഉണ്ടാവുകയാണെങ്കിൽ നിങ്ങളുടെ ഡോക്ടറുമായി ബന്ധപ്പെടുക.
14. ക്ഷമയോടെയുള്ള ചികിത്സയും സ്നേഹത്തോടെയുള്ള പരിചരണവുമാണ് മിക്ക മനോരോഗങ്ങൾക്കും ശമനം നൽകുന്നത്.
15. മനോരോഗങ്ങളുടെ കാരണങ്ങൾ പലതാണ്. അതുകൊണ്ടുതന്നെ ചികിത്സാരീതികളും വ്യത്യസ്തമായിരിക്കും.
16. രോഗലക്ഷണങ്ങൾ ശമിച്ചുകഴിഞ്ഞാൽ ഔഷധങ്ങൾ ഉടനെ നിർത്താതിരിക്കുക. നിങ്ങളുടെ ഡോക്ടറുടെ നിർദേശപ്രകാരം മാത്രമേ ഔഷധങ്ങൾ നിർത്തുവാൻ പാടുള്ളൂ.
17. ഔഷധങ്ങൾ കഴിച്ച് രോഗലക്ഷണങ്ങൾ മാറിയിരിക്കുന്ന രോഗിയിൽ ഔഷധങ്ങൾ കഴിച്ചുകൊണ്ടിരിക്കുമ്പോൾ തന്നെ രോഗലക്ഷണങ്ങൾ വീണ്ടും പ്രകടമാവുകയാണെങ്കിൽ രോഗം മാറാരോഗമാണെന്ന് തീർച്ചപ്പെടുത്താതിരിക്കുക. നിങ്ങളുടെ ഡോക്ടറുമായി അടിയന്തിരമായി ബന്ധപ്പെടുക.
18. മനോരോഗചികിത്സ ഒരു ഡോക്ടറുടെ മാത്രം കഴിവിലൊതുങ്ങുന്നതല്ല. നിങ്ങളും രോഗിയും സുഹൃത്തുക്കളും മനഃശാസ്ത്രജ്ഞനും സൈക്യാട്രിക് സോഷ്യൽ വർക്കറും നേഴ്സും ഒക്കെ ചികിത്സയുടെ പല ഘട്ടങ്ങളിൽ പ്രധാന ഭാഗം വഹിക്കുന്നവരാണ്.
19. അറിവാണ് ഏറ്റവും വലിയ സുഹൃത്തും വഴികാട്ടിയും. മനോരോഗങ്ങളെക്കുറിച്ച്, മനോരോഗചികിത്സയെക്കുറിച്ച് കഴിയുന്നത്ര അറിവു ശേഖരിക്കാൻ ശ്രമിക്കുക.

www.ingramcontent.com/pod-product-compliance
Lightning Source LLC
LaVergne TN
LVHW090401051026
849518LV00006B/2197
*9788126205479*